N

DỊCH VIỆT & CHÚ GIẢI

KINH NHẬT TỤNG SƠ THỜI

Nhà xuất bản Ananda Viet Foundation

ISBN: 978-0-359-16313-7

Từng dòng chữ nơi đây được viết xuống với lòng biết ơn vô cùng tận, để trân trọng cúng dường Phật, Pháp, Tăng và tất cả pháp giới chúng sinh.

MỤC LỤC

LỜI NHÀ XUẤT BẢN

Đạo Phật là Con Đường, là phương pháp đưa chúng ta tới giác ngộ và giải thoát, giải thoát con người khỏi khổ đau phiền não, khỏi sinh tử luân hồi. Đức Phật đã tìm ra con đường giác ngộ giải thoát ấy cho chính Ngài và chỉ dạy cho những ai muốn thực hành lời dạy của Ngài, đều có thể giác ngộ và thoát khỏi sinh tử luân hồi như Ngài.

Sinh thời, Đức Phật dùng ngôn từ để thuyết giảng, không ghi chú thành văn tự, và cũng không có đệ tử nào viết lại tại chỗ vì thời đó chưa có chữ viết. Những lời dạy của Ngài chỉ được truyền miệng và ghi nhớ bằng cách học thuộc lòng qua đọc tụng nhiều lần. Theo các nguồn sử liệu Tích Lan, thì những lời dạy của Ngài được viết thành văn vào khoảng thế kỷ thứ nhất trước Công Nguyên để hình thành kinh điển Pali.

Lục tìm trong ba tạng kinh điển, các nhà nghiên cứu Phật học thời hiện đại đã phát hiện một số kinh có mặt trong thời kỳ đầu hoằng pháp của Đức Phật (tiền Theravada). Những kinh này được gọi là cổ xưa nhất, trong đó bao gồm Phẩm Tám (Atthaka Vagga) và Phẩm Qua Bờ Bên Kia (Parayanavagga) nằm trong Kinh Tập, tạng Pali. Sở dĩ cho là cổ xưa nhất vì nội dung kinh: (1) không chứa yếu tố thần thông, vốn là một đặc tính của những văn kinh về sau, (2) không nói gì về Tứ Diệu Đế, Bát Chánh

Đạo, Thập Nhị Nhân Duyên, Thất Giác Chi và Tứ Thiền, (3) không có dạng hệ thống hóa kinh như các kinh điển ngày nay, (4) lời kinh tuy giản dị nhưng rất sâu sắc, và (5) đối tượng nghe pháp là các vị du tăng thâm niên tu tập, sống không nhà, nay đây mai đó.

Rất may mắn, các bản kinh cổ này đều đã được dịch từ văn bản Pali ra Việt ngữ và Anh ngữ. Bản Việt ngữ được dịch bởi Hòa Thượng Thích Minh Châu. Bản Anh ngữ được dịch bởi các Thiền sư Gil Fronsdal, Tỳ khưu Thanissaro Bhikkhu và Tỳ khưu Bhikkhu Anandajoti.

"*Kinh Nhật Tụng Sơ Thời*" mà quý độc giả đang cầm trên tay được Cư sĩ Nguyên Giác dịch thẳng toàn bộ Phẩm Tám và Phẩm Qua Bờ Kia từ các bản Anh ngữ dịch từ Tạng Pali với lời tóm lược và chú giải từng bài kinh. Mỗi phẩm gồm 16 bài kinh, tổng cộng là 32 bài kinh.

Nội dung kinh tuy giản dị nhưng rất thâm sâu, chỉ thẳng tâm người, không nhuốm mầu sắc tín ngưỡng, siêu việt trên chủ nghĩa giáo điều, các quan điểm, các biên kiến, và xa lìa mọi khái niệm, mọi kiến thức, và mọi nghi lễ. Đây chính là tư tưởng Trung Đạo đầu tiên được Đức Phật nói đến.

Toàn bộ lời kinh là giáo pháp thực hành, do chính Đức Phật giảng dạy vào những năm đầu hoằng pháp, nên nội dung kinh không được sắp xếp theo từng chủ đề, tuy nhiên mỗi bài kinh là một pháp hành và tất cả không ngoài nghĩa giải thoát và giải thoát ở đây chính là vô sở trụ, là xa lìa mọi khái niệm, mọi kiến thức, mọi nghi lễ…

là người không tạo tác gì, là người buông bỏ hết, kể cả tâm buông bỏ.

Có thể nói *Kinh Nhật Tụng Sơ Thời* là kinh cốt tủy của Đạo Phật mà tất cả kinh điển Nam Truyền, Bắc Truyền, Tạng truyền, và các luận giải đều xuất nguồn từ tư tưởng kinh này.

Có một câu được nói nhiều lần trong kinh như là một mệnh lệnh cho những ai muốn đi theo con đường giác ngộ giải thoát của Đức Thế Tôn. Đó là ***Đừng để dính mắc vào bất cứ gì cả.*** Tăng đoàn của Ngài từ thời xưa cho đến thời nay đều thực hành sự chẳng để dính mắc. Đây là một pháp hành rất gọn và thẳng tắp, được cho là tuyệt hảo. Nếu còn dính mắc, ngay cả vào điều lành, ngay cả vào ý niệm "đừng dính mắc" này là trong tâm sẽ dấy lên tư tưởng nhiễm ô và tâm liền trở nên bất tịnh. Dính mắc vào bất cứ gì là mang gánh nặng trên mình. Dù gánh bên vai hay đội trên đầu một bao vàng bạc kim cương đá quý cũng nặng y như đang vác một bao cát đá. Vậy thì, theo lời Phật dạy, đừng mang cát đá, cũng đừng mang vàng bạc, châu báu, kim cương. Hãy buông chúng xuống. Đừng để bất cứ vật gì dù nặng như kim cương, đá quý hay nhẹ như sợi tơ trời trong tâm. Hãy buông cả thân và tâm. Hãy xa lìa cả ba thời quá khứ, hiện tại, và vị lai. Hãy vô sở trụ.

Trân trọng kính giới thiệu.

Tâm Diệu | Nhà xuất bản Ananda Viet Foundation

VỀ KINH NHẬT TỤNG SƠ THỜI

Có thể nêu câu hỏi rằng, trong những năm đầu hoằng pháp, Đức Phật yêu cầu chư Tăng học và tụng gì?

Chúng ta có thể nhận ra rằng, trong thời Đức Phật sinh tiền, chỉ có tiếng nói, nhưng chưa có chữ viết, do vậy Kinh Nhật Tụng viết theo thể thơ là nhu cầu cần thiết để hoằng pháp.

Theo một số cuộc nghiên cứu, hai nhóm Kinh Nhật Tụng xưa cổ nhất nhận ra trong Tạng Pali là:

-- 16 Kinh trong Phẩm Tám (Atthaka Vagga) trong Kinh Tập (The Suttanipata).

-- 16 Kinh trong Phẩm Qua Bờ Bên Kia (Parayanavagga) cũng trong Kinh Tập.

Trong Kinh Sona Sutta (Kinh Ud 5.6), có nói về Kinh Nhật Tụng 16 Chương mà ngài Sona đọc, khi được Đức Phật yêu cầu đọc Phật Pháp, trích dịch:

"...Đức Thế Tôn mời Thượng tọa Maha Sona, và nói, "Tỳ

khưu, tôi muốn ông đọc lên Chánh Pháp."

Trả lời Đức Phật rằng, "Xin vâng lời," Thượng tọa Maha Sona đọc toàn bộ 16 chương Atthaka Vagga."

Bản Anh dịch Kinh Tăng Chi Bộ (Aṅguttara Nikāya -- Chương 005. Mahāyaññavaggo, Kinh 5.10 Nandamātāsuttaṃ) của Ni Trưởng Sister Upalavanna cũng có một kinh ghi rằng nữ cư sĩ Velukantaki Nanda mỗi rạng sáng đều tụng đọc lớn tiếng nhóm 16 kinh trong Phẩm Qua Bờ Bên Kia.

Các kinh này đều đã được dịch ra Việt ngữ. Nhóm 16 Kinh dùng làm Kinh Nhật Tụng trong các năm đầu Đức Phật truyền pháp được Hòa Thượng Thích Minh Châu dịch trong "Chương Bốn - Phẩm Tám" (Atthakavagga) và "Chương Năm - Phẩm Con Đường Đến Bờ Bên Kia" (Parayanavagga).

Trong sách "The Buddha Before Buddhism" (Đức Phật Trước Thời Phật Giáo) Giáo sư Gil Fronsdal, cũng là một thiền sư nổi tiếng, đã dịch Phẩm Tám ra Anh ngữ, và ghi nhận nơi trang 141 (ấn bản sách giấy, chưa thấy bản điện tử) rằng điều kinh ngạc nhận ra là trong các năm đầu hoằng pháp, nhóm kinh nhật tụng Phẩm Tám này không nói gì về Tứ Thiền, Tứ Diệu Đế, Bát Chánh Đạo, Thất Giác Chi…

Trong khi đó, Giáo sư Luis O. Gomez trong bài viết "Proto-Maadhyamika in the Paali canon" (Tiền Thân Trung Quán Luận Trong Tạng Pali) nhận thấy nhóm các kinh trong hai phẩm (Phẩm Tám và Phẩm Con Đường Đến Bờ Bên Kia) nhiều thế kỷ sau đã xuất hiện lại trong văn học hệ Bát Nhã, Trung Quán Luận, và Thiền Tông Trung Hoa.

Sách này sẽ dịch toàn bộ Phẩm Tám và Phẩm Qua Bờ Kia từ

các bản Anh dịch từ Tạng Pali, với tham khảo từ bản Việt dịch của Hòa Thượng Thích Minh Châu.

Phẩm Tám nơi đây dịch từ các bản Anh dịch của quý ngài Laurence Khantipalo Mills (di cảo, do Bhikkhu Sujato hiệu đính), Bhikkhu Bodhi, Bhante Varado, Thanissaro Bhikkhu, Gil Fronsdal, V. Fausboll, John D. Ireland.

Phẩm Qua Bờ Kia nơi đây dịch từ các bản Anh dịch của quý ngài Laurence Khantipalo Mills (di cảo, do Bhikkhu Sujato hiệu đính), Bhikkhu Bodhi, Bhikkhu Anandajoti, Thanissaro Bhikkhu, V. Fausboll, John D. Ireland.

Tất cả các bản Anh dịch đều có trên mạng, chỉ trừ 2 bản trên sách giấy là của Bhikkhu Bodhi (The Suttanipata) và Gil Fronsdal (The Buddhism before Buddhism).

Các chữ viết tắt: DN (Kinh Trường Bộ), MN (Kinh Trung Bộ), SN (Kinh Tương Ưng), AN (Kinh Tăng Chi), Ud (Kinh Phật Tự Thuyết), Sn (Kinh Tập).

Từng dòng chữ nơi đây được viết xuống với lòng biết ơn vô cùng tận, để trân trọng cúng dường Phật, Pháp, Tăng và tất cả pháp giới chúng sinh.

KINH TẬP - PHẨM TÁM

Phẩm Tám trong Kinh Tập gồm 16 kinh, được dùng làm Kinh Nhật Tụng thời Đức Phật sinh tiền.

Kinh Phật Tự Thuyết trong Tiểu Bộ Kinh (ký số các bản Anh dịch là: Kinh Ud 5.6 Sona Sutta) kể rằng ngài Sona Kotikanna sau ba năm học Pháp trong cương vị cư sĩ, và một năm trong cương vị Tỳ Kheo với bổn sư là ngài MahaKaccana, được phép Thầy cho đi từ nơi cô tịch tới Savatthi để thăm Đức Phật. Đức Phật bảo ngài Anan sắp xếp chỗ ngủ cho ngài Sona trong cùng phòng với Đức Phật. Lúc rạng sáng hôm sau, Đức Phật hỏi rằng ngài Sona tu học ra sao, và rồi yêu cầu ngài Sona tụng đọc Pháp. Ngài Sona đọc toàn bộ 16 Kinh trong Phẩm Tám. Nghe xong, Đức Phật khen ngợi ngài Sona.

Bản Việt dịch của Hòa Thượng Thích Minh Châu trong Kinh Phật Tự Thuyết (VI) (Ud, 57) trích như sau:

"...tôn giả Sona vâng đáp Thế Tôn, đọc thuộc lòng 16 phần của Phẩm Tám một cách đầy đủ. Rồi Thế Tôn, sau khi tôn giả Sona chấm dứt tụng đọc của mình. Thế Tôn cám ơn và nói: "Lành thay, lành thay tỳ kheo! Tỳ kheo đã khéo nắm giữ, khéo tác ý, khéo thọ trì toàn bộ 16 phần trong Phẩm Tám. Người được đầy đủ thiện ngôn minh bạch, phát ngôn rõ ràng, ý nghĩa minh xác. Này tỳ kheo, ngươi có bao nhiêu tuổi an cư mùa mưa?"..."(ngưng trích)

Nhóm 16 kinh trong Phẩm Tám của Kinh Tập trong Tạng Pali, có nhóm kinh tương đương là Kinh Nghĩa Túc trong hệ Hán Tạng. Thiền sư Thích Nhất Hạnh trong tác phẩm "Đạo Bụt Nguyên Chất - Kinh Nghĩa Túc," nơi Lời tựa sách Đạo Bụt nguyên chất, đã ghi nhận rằng nhóm 16 kinh này dạy khi Đức Phật chưa tới 40 tuổi, trích:

"Đạo Bụt Nguyên Chất là một cuốn sách gồm có 16 bài kinh rất nguyên chất, rất cổ xưa về văn và về nghĩa, được Bụt nói vào những năm đầu khi Ngài mới thành đạo. Những kinh này được dịch từ kinh Nghĩa Túc phẩm thứ tư của kinh tập (Sutta- Nipàta)...

Theo các công phu nghiên cứu cận đại thì kinh Nghĩa Túc là một kinh thuộc loại xưa nhất trong các kinh, đứng về phương diện văn cú cũng như đứng về phương diện giáo lý và hành trì. Đây là những giáo nghĩa Bụt dạy trong những năm đầu của sự nghiệp hoằng pháp của Ngài, khi Tăng đoàn còn thuần túy là những vị du sĩ không có chỗ ở nhất định...

Kinh Nghĩa Túc được nói trong thời gian Bụt còn dưới 40 tuổi...

Kinh Nghĩa Túc được truyền thừa bởi cả hai dòng Bắc Tông và Nam Tông, và trong thời gian truyền thừa, trước là khẩu tụng sau là nghi chép, thế nào cũng có sự rơi rụng và sai sót. So sánh hai bản Pali và Hán, ta thấy mỗi truyền thống đều có rơi rụng và sai sót. Một số những rơi rụng của truyền thống này lại không bị rơi rụng trong truyền thống kia, đó là một sự may mắn, và nhờ đó ta có cơ hội tái tạo được một văn bản gần với văn bản nguyên thủy nhất. Đó là niềm vui mà sự so sánh nghiên cứu hai văn bản có thể đem lại cho ta." (ngưng trích)

Toàn văn sách Đạo Bụt Nguyên Chất đã được Thiền sư Thích Nhất Hạnh phổ biến trên nhiều mạng.

Sách "Kinh Nhật Tụng Sơ Thời" nơi đây sẽ dịch thuần theo Tạng Pali, không dám phân tích về những "rơi rụng và sai sót" có thể có giữa các bản Pali và Hán Tạng mà Thầy Nhất Hạnh đã ghi nhận.

Một điểm đặc biệt về Thiền sử được Thầy Nhất Hạnh nhận ra khi nghiên cứu nhóm Kinh Nghĩa Túc là, Phật giáo Việt Nam đã góp phần truyền bá Chánh Pháp sang Trung Hoa cổ thời. Sách Đạo Bụt Nguyên Chất có đoạn viết:

"*Chùa Kiến Sơ là ngôi chùa Phật giáo đầu tiên được thiết lập tại nước Ngô, do một vị thiền sư người Việt tên là Tăng Hội. Thầy Tăng Hội sinh ở Giao Châu, cha là thương gia gốc nước Khương Cư miền bắc Ấn Độ, mẹ là người Việt. Đi xuất gia từ hồi 11 tuổi. Thành tài, thầy Tăng Hội đã tổ chức dịch kinh và hoằng pháp ở Luy Lâu (Giao Châu) trước khi qua nước Ngô để truyền bá chánh pháp. Thầy qua tới kinh đô Kiến Nghiệp năm 247. Chùa Kiến Sơ được thiết lập với sự yểm trợ của vua Ngô Tôn Quyền. Khi thầy Tăng Hội qua tới thì chưa có vị xuất gia nào ở nước Ngô cả, và thầy là vị xuất gia đầu tiên xuất hiện ở nước Ngô."*

Sn 4.1 -- KAMA SUTTA:

KINH VỀ THAM DỤC

Bài kinh này nói rằng cần phải tỉnh thức để xa lìa tham dục. Trước tiên là cần xa lìa tài sản thế gian này, như nhà đất, ruộng vườn, vàng bạc, phụ nữ, người hầu, người thân, và tất cả tài sản – nghĩa là buông bỏ tất cả những gì là "cái của tôi." Bởi vì xả bỏ ái là gỡ một mắc xích trong mười hai nhân duyên, và không bị ràng buộc nữa.

***Tóm lược ý kinh**: Tỉnh thức, xa lìa tham dục.*

Kinh này gồm các bài kệ từ 766 tới 771.

766

Khi ước muốn tham dục đạt được,
người đó sẽ hoan lạc vì có điều ước muốn.

767

Với người tham dục đó, khi hoan lạc tan biến
sẽ đau khổ như bị mũi tên xuyên trúng.

768
Với người tránh tham dục,
hệt như đưa chân tránh giẫm đầu con rắn
sẽ tỉnh thức vượt qua, rời tham dục cõi này.

769
Ai tham luyến ruộng đồng, nhà đất, vàng, gia súc và ngựa,
đầy tớ, người hầu, phụ nữ, người thân,
và nhiều niềm vui tham dục.

770
Sẽ bị gục ngã vì yếu đuối,
sẽ bị đè bẹp vì tai họa,
sẽ bị tràn ngập khổ đau,
hệt như nước tràn vào ghe lủng.

771
Do vậy, người thường trực tỉnh thức hãy tránh tham dục,
khi xa lìa tham dục, sẽ vượt qua trận lụt
hệt như ghe được tát nước và qua tới Bờ Bên Kia.

Hết Kinh Sn 4.1

Sn 4.2 -- GUHATTHAKA SUTTA:
KINH VỀ THÂN GIAM TRONG HANG ĐỘNG

Kinh này nói về chúng sinh bị giam trong hang động của si mê, tham dục. Hầu hết các dịch giả đều dịch là "hang," trong khi Gil Fronsdal dịch là "nơi ẩn núp" -- hiding place. Nói trong hang, còn có nghĩa là không thấy ánh sáng của mặt trời trí tuệ. Xa lìa tham dục nơi đây có nghĩa là chớ nuối tiếc hoan lạc quá khứ, và chớ mong đợi niềm vui tương lai; còn có nghĩa là chớ tham gì trong cõi này hay cõi tương lai.

Chính tham dục là vui với chạm xúc của sáu căn, là khởi tâm chấp rằng có một cái tôi đã là, một cái tôi đang là và một cái tôi sẽ là. Do vậy, tham dục nơi đây còn có nghĩa là tham muốn cái cõi Hữu (hiện hữu) hoặc tham muốn cái cõi Vô (phi hiện hữu) – becoming và nonbecoming (bhava và abhava). Đó là lý do tại sao ngài Trần Nhân Tông viết là "chớ dựng lập có, không" (hữu vô câu bất lập). Đức Phật dạy trong kinh này rằng hãy tỉnh giác, chớ trụ vào bất cứ những gì thấy nghe, chớ mong muốn gì trong hiện tại và tương lai.

Đoạn cuối kinh này, Đức Phật dạy phải "hiểu tận tường các tưởng, các khái niệm" (bản dịch Bodhi: having fully understood perceptions; bản dịch Fronsdal: fully understanding concepts; bản dịch Mills: the sage has known perception) – nơi đây có nghĩa là tỉnh thức, nhận diện các tập khởi và biến diệt trong tâm. Nơi đây là sự tỉnh thức (mindfulness) thường trực không đối tượng, không thấy có tôi hay của tôi, không dính mắc gì dù có hay không, dù đã qua hay sẽ tới, dù thấy hay nghe, dù niệm khởi hay diệt. Ngắn gọn, là vô sở trụ.

***Tóm lược ý kinh**: Tỉnh thức, lìa tham dục, chớ tiếc quá khứ, chớ vọng tương lai, không dính mắc gì ở thấy, nghe, chạm xúc, khởi tưởng...*

Kinh này gồm các bài kệ từ 772 tới 779.

772

Người thích ẩn trong hang, chìm vào si mê đắm say
sẽ thấy rất xa bờ tịch lặng.
Tham dục thế giới này, không dễ gì xả buông.

773-774

Người vương vào ước muốn, bị buộc vào niềm vui của hiện hữu

sẽ không giải thoát nổi, vì không ai cứu được mình.

Người nuối tiếc quá khứ, hay mong đợi tương lai
người ưa tìm hoan lạc dù đã qua hay sẽ tới
bám chặt vào tham dục, lo săn tìm niềm vui
trong mê mờ và ích kỷ tần tiện
là đã rơi vào lối gian nan

Khi gặp khổ đau, mới than thở:
Mình sẽ là gì, khi mãn kiếp này.

775
Do vậy ngay trong thế giới này, hãy tự rèn luyện
với những gì mình biết là sai trái,
chớ làm những điều sai trái
Vì người trí nói, đời sống ngắn ngủi.

776
Ta thấy chúng sinh cõi này
cựa quậy, tham muốn các cảnh giới của hiện hữu
không thoát nổi ước muốn tái sinh (Hữu) và ước muốn không tái sinh (Vô)
Người thấp kém than khóc trước hàm răng tử thần.

777
Hãy nhìn họ kìa

cựa quậy trong tài sản "những cái của tôi"
như cá trong vũng nước cạn.
Thấy như thế
hãy sống với xa lìa "những cái của tôi"
và chớ dính mắc những gì trong cõi hiện sinh.

778
Chớ tham muốn bất cứ những gì ở cả hai phía (dù đã qua hay sẽ tới)
hãy hiểu các xúc chạm của [sáu] căn
hãy xa lìa tham muốn
và không làm những gì sau này sẽ ân hận.
Người trí không dính mắc vào những gì được thấy, được nghe.

779
Hiểu được tận tường các tưởng
người trí có thể vượt qua trận lụt
không vương vào tài sản "những cái của tôi"
Gỡ bỏ mũi tên sầu khổ, sống tỉnh giác
người trí không muốn gì trong cõi này hay cõi mai sau.

Hết Kinh Sn 4.2

Sn 4.3 -- DUTTHATTHAKA SUTTA: KINH VỀ TÀ KIẾN

Bài kinh này trong đoạn cuối (bài kệ 787), câu "không nắm giữ gì, cũng không bác bỏ gì" được Thanissaro Bhikkhu ghi chú rằng đó là theo bản Pali của Thái Lan, Sri Lanka và PTS, nhưng bản Pali Miến Điện viết khác, dịch ra Anh văn là "Vị này không có tự ngã, cũng không có cái đối nghịch lại tự ngã" ("He has no self, nor what's opposed to self."); nghĩa là, không gọi là ngã, cũng không gọi là phi-ngã. Trong khi đó, Bhikkhu Bodhi dịch thêm phần luận về chú giải kinh này, nói rằng với người đã buông bỏ 62 kiến giải, sẽ không còn thấy gì để nắm giữ hay buông bỏ nữa.

Trong Thiền sử Việt Nam, có ngài Tông Diễn (1640-1711), từng dạy: "Hữu vô câu bất lập, nhật cảnh bổn đương bô" (có và không đều không lập, mặt trời trí tuệ sẽ lên cao). Ngắn gọn, không có gì để tranh cãi. Vì các pháp duyên vào nhau để hiện ra nên gọi là có, nhưng cũng vì duyên vào nhau nên cũng gọi là không. Với người thấy rõ tánh duyên khởi hiển lộ trong các pháp, sẽ thấy không cần tranh cãi có/không, đúng/sai nữa.

Kinh này cho biết, với người giữ giới, có khi chỉ tăng thêm ngã chấp. Vấn đề, là phải tịch lặng.

***Tóm lược ý kinh**: Tâm vắng lặng, lìa tranh cãi, không thấy tự ngã nào để khoe, lìa mọi quan kiến/giáo thuyết dù Có hay Không...*

Kinh này gồm các bài kệ từ 780 tới 787.

780
Một số người tranh cãi với tâm bất thiện,
một số người tranh cãi với tâm hướng về sự thật.
Bậc hiền giả không tham dự các cuộc tranh cãi khởi lên,
và do vậy, dù đi bất cứ nơi nào cũng không bận tâm.

781
Làm sao một người vượt qua định kiến riêng của họ
khi bị tâm tham dẫn đi, gắn chặt vào điều họ ưa thích
rồi dẫn tới kết luận riêng của họ.
Chỉ nên, biết gì, thì nói nấy.

782
Người trí nói rằng

bất kỳ ai không được hỏi tới
lại tự khoe mình giữ giới kỹ và tu học giỏi
chính là người không ra gì.

783
Người trí nói một tu sĩ cao thượng là khi
sống bình an, tâm hoàn toàn vắng lặng
không khoe gì rằng tôi giỏi thế này thế kia
đi đâu trong cõi này cũng không thấy có tự ngã.

784
Những người tìm lợi ích cá nhân
với giáo lý bất tịnh do họ
tự vẽ ra, giảng dạy và thờ phượng
là đang dựa vào sự thỏa mãn có gốc rễ bất an.

785
Không dễ vượt qua sự chấp kiến:
khi chọn một giáo thuyết xong, họ giữ chặt lấy
họ sẽ dựa vào ý kiến riêng đã có để
chấp nhận hay bác bỏ một giáo thuyết.

786
Với người đã thanh tịnh,
không định kiến nào khởi lên về bất cứ
những gì là có hay không có (về hữu hay phi hữu)

ở bất cứ nơi đâu trong thế giới này.
Đã xa lìa hư vọng và kiêu mạn, làm sao vị này
có thể dính mắc nữa. Họ sống không dính mắc.

787
Làm sao, và về những gì,
những kẻ dính vào tranh cãi về các giáo thuyết
có thể tranh cãi với người không dính mắc gì?
Không nắm giữ bất cứ gì, và không bác bỏ bất cứ gì
người ấy rũ bỏ bất kỳ cái nhìn nào nơi đây.

Hết Kinh Sn 4.3

Sn 4.4: SUDDHATTHAKA SUTTA

KINH VỀ THANH TỊNH

Niềm tin Ấn Độ cổ thời là, sự trong sạch có thể đạt được khi một người nhìn thấy, gặp gỡ hay thân cận một người trong sạch. Tương tự, họ tin rằng nghi lễ tôn giáo cũng có thể giúp họ trong sạch. Nghĩa là, tin sự thanh tịnh hay sức mạnh tâm linh có thể truyền trao qua việc thân cận hay nghi lễ. Đức Phật nói rằng không hề có chuyện thanh tịnh hóa đạt được bằng thế giới ngoại xứ.

Kinh này khởi đầu bằng lời người Bà La Môn hỏi rằng làm thế nào người ta có thể tự thanh tịnh hóa khi nhìn thấy một vị Thượng nhân đã Thanh tịnh, và Đức Phật trả lời rằng không thể nào có ai tự thanh tịnh khi nhìn thấy một người thanh tịnh. Cũng không thể xa lìa khổ xuyên qua kiến thức, qua nghi lễ tôn giáo, qua những gì được thấy nghe. Giải thoát chỉ tới, khi không nắm giữ gì hết, khi buông bỏ tất cả khái niệm, khi rời tất cả kiến thức, khi rời tất cả quan kiến (có/không, ưa /ghét) đối với những gì thấy nghe.

Kinh này nêu lên niềm tin thường có: Thí dụ, chúng ta diện kiến Đức Đạt Lai Lạt Ma, và nghĩ rằng sự thanh tịnh có thể lây lan qua cái được thấy. Tương tự, chúng ta muốn là trong kiếp này sẽ gặp một vị Phật hiện ra, hoặc trong khi ngồi thiền hoặc trong giờ cận tử, để chúng ta được thanh tịnh hóa nhờ hình ảnh được nhìn thấy. Kinh này nói không ai có thể thanh tịnh hóa vì được nhìn, được gặp một người đã thanh tịnh. Kế tiếp, kinh nói, cũng không ai thanh tịnh nhờ cái đã được học (kiến thức, khái niệm, giới luật, nghi lễ tôn giáo)... Đó là tư tưởng Thiền Tông Việt Nam, khi vị thầy bảo học trò hãy xé bỏ kinh sách, hãy rời chữ, hãy đọc kinh vô tự. Vì Đức Phật dạy, hãy sống cái hiện tiền. Chữ, khái niệm, kiến thức là cái của quá khứ nhồi nhét. Khi tỉnh thức với cái hiện tiền đang đi đứng nằm ngồi, đang thấy nghe hay biết, sẽ nhận ra không có chữ nào hiện lên trong tâm, và còn gọi là Vô Niệm.

Có thiền sư còn bảo học trò hãy chẻ tượng Phât làm củi. Tại sao? Bởi vì trong cái hiện tiền, nếu có hình ảnh Phật nào hiện lên trong tâm, nếu có khái niệm Phật nào được học nhân nghĩ tới, cái đó chỉ là những "khái niệm đã học về Phật" và là "cái đã biết," mà học nhân đã gom góp, ghi nhớ trong quá khứ. Do vậy, Thiền Tông là sống với cái "tâm không biết," vì cái hiện tiền ở khoảnh khắc này không có khái niệm về Phật hay ma.

Bài Kệ 790 nói rằng thiện và ác cũng đều xa lìa, "Thiện và ác không còn dính mắc gì nữa với người đã buông bỏ hết, không còn tạo tác gì."

Đọc kỹ Kinh Pháp Cú, chúng ta sẽ thấy Đức Phật:

- nói trong Kệ Pháp Cú 39 rằng người đã buông bỏ cả thiện và ác thì không sợ hãi gì;

- nói trong Kệ Pháp Cú 97 rằng người đã phá hủy các nhân duyên cho mọi pháp thiện và ác là người tối thắng;

- nói trong Kệ Pháp Cú 126 rằng người không trụ vào tất cả pháp thiện và ác thì thành tựu Niết Bàn;

- nói trong Kệ Pháp Cú 267 rằng người đã ném bỏ hết mọi pháp thiện và ác thì được gọi là một vị sư;

- và nói trong Kệ Pháp Cú 412 rằng người vượt qua sự trói buộc của mọi pháp thiện và ác thì được Phật gọi là một vị Bà La Môn.

Ngôn ngữ vô sở trụ, siêu vượt thiện ác, cũng được Lục Tổ Huệ Năng nói cụ thể trong Pháp Bảo Đàn Kinh -- bản Việt dịch của Minh Trực Thiền Sư, nơi phẩm Định Huệ, trích như sau:

"...Chư Thiện tri thức, pháp môn của ta đây từ trên truyền xuống, trước hết lập Không Niệm (Vô Niệm) làm tông, Không Tướng (Vô Tướng) làm thể, Không Trụ (Vô Trụ) làm gốc. Không niệm nghĩa là trong khi niệm, lòng không động niệm. Không tướng nghĩa là đối với sắc tướng, lòng lìa sắc tướng. Không trụ có nghĩa là đối với các điều lành dữ, tốt xấu ở thế gian, cùng với kẻ thù, người thân, đối với lúc nghe các lời xúc phạm, châm chích, khinh khi, tranh đấu, Bổn tánh con người xem cả thảy như không không, chẳng nghĩ đến việc đền ơn trả oán. Trong niệm niệm lòng không nghĩ đến các cảnh mình đã gặp trước. Nếu niệm trước, niệm nay, niệm sau, niệm niệm nối tiếp nhau chẳng dứt, thì gọi là bị buộc ràng. Đối với các pháp, niệm niệm lòng không trụ vào đâu thì khỏi bị buộc ràng. Ấy là lấy Không Trụ làm Gốc..."

Tóm lược ý kinh*: Giải thoát không tới vì cái được nhìn, được nghe, được học. Giải thoát là vô sở trụ, là người xa lìa mọi khái niệm, mọi kiến thức, mọi nghi lễ... là người không tạo tác gì, người buông bỏ hết, kể cả tâm buông bỏ.*

Kinh này gồm các bài kệ từ 788 tới 795.

788
[Bà la môn nói:]
Nơi đây, tôi thấy một người thanh tịnh, bậc Thượng nhân, người xa lìa tất cả bệnh.
Tôi sẽ được thanh tịnh hóa nhờ những gì được thấy.

[Đức Phật:]
Được thuyết phục như thế và rồi xem đó là cao nhất
người ta rơi vào lưới kiến thức đó
trong khi trầm tư về sự thanh tịnh.

789
Nếu người ta được thanh tịnh hóa nhờ những gì được thấy
hay nếu có ai tin sẽ thoát khổ nhờ kiến thức
nghĩa là họ nghĩ sẽ được thanh tịnh hóa nhờ cái gì khác.
Sẽ sai lầm khi nghĩ như thế, khi tin như thế.

790
Một người phạm hạnh không nói rằng thanh tịnh sẽ có
vì dựa vào gì khác, hay vì dựa vào thấy nghe chạm xúc

hay vì dựa vào giới luật hay nghi lễ tôn giáo
Thiện và ác không còn dính mắc gì nữa với
người đã buông bỏ hết, không còn tạo tác gì.

791
Những người buông bỏ cái này lại chụp giữ cái kia,
cứ chạy mãi theo tham ái, họ không thoát nổi
Họ buông bỏ, rồi họ chụp nắm
y hệt như một con khỉ, buông cành này để chụp cành kia.

792
Ai vin vào khái niệm, gìn giữ nghi lễ tôn giáo
sẽ cứ trôi nổi thăng trầm mãi.
Ai chứng ngộ Pháp ấn [khổ, vô thường, vô ngã] với trí tuệ
sẽ không còn trôi nổi thăng trầm nữa.

793
Người trí sẽ không kình chống với những gì
được thấy, nghe, chạm xúc, cảm thọ
Thế giới này làm sao nói gì về người như thế
họ đi trong đời này, nhưng đã lìa ba cõi rồi.

794
Không đưa ra quan kiến hay lập trường nào, cũng không ưa/ghét gì
người trí cũng không cho [cái gì] là thanh tịnh tối thượng
Họ đã buông xả tâm tham ái trước giờ vẫn trói buộc
và không còn ước muốn bất cứ gì trong cõi này.

795
Với bậc Phạm hạnh đã vượt qua mọi biên giới
người đã biết và thấy -- thấy không có gì để nắm giữ
thấy không có gì để mê đắm, cũng thấy không có gì để xả ly
và thấy không có gì nơi đây để nắm giữ là tối thượng.

Hết Kinh Sn 4.4

Sn 4.5 - PARAMAṬṬHAKA SUTTA

KINH VỀ TỐI THƯỢNG

Kinh này nói rằng những ai tự cho mình đã có được tầm cao nhất của cái nhìn (một tri kiến, một quan kiến, một lập trường, một giải thích [về vũ trụ và con người...]) và cho là thấp kém tất cả các quan kiến khác – người đó còn rơi vào tranh cãi, còn thấy có "tôi" (ngã) và "của tôi" (ngã sở), còn nắm giữ những gì được thấy nghe hay biết.

Người trí sẽ không còn giữ kiến nào về thế giới này, do vậy không vin vào kiến thức, không vin vào giới cấm và không vin vào nghi lễ tôn giáo, xa lìa ngã và ngã sở và cũng không tự thấy mình cao thượng hơn hay thấp kém hơn ai, và cũng không thấy mình ngang hàng với ai. Người trí buông bỏ hết tất cả, với tâm vô sở trụ buông bỏ cả kiến thức (vì kiến thức là cái hôm qua đã học, không phải cái hiện tiền sinh động từng khoảnh khắc), không còn dính gì tới có/không, không dính gì thế giới này hay thế giới sau, không dàn dựng giáo thuyết nào và giới cấm nào. Người này là bậc Như Thị (is one who is Thus).

Kinh này nói y hệt như Bát Nhã. Ngôn phong kinh cũng y hệt như các vị sư trong Thiền Tông (kiểu: gặp Phật thì hãy giết Phật, gặp ma thì hãy giết ma).

Trong bài Kệ 802, có lời dạy ***Vô Niệm*** *y hệt như lời Lục Tổ Huệ Năng.*

Hai dòng đầu bài Kệ 802, bản Anh dịch của Gil Fronsdal viết: Here, one does not conceive the slightest concept/ In regard to what is seen, heard, or thought (Nơi đây, người đó [trong tâm] không khởi lên một khái niệm nhỏ nào/ đối với những cái được thấy, nghe, tư lường).

Bản Anh dịch của Bhikkhu Bodhi viết: Not even a subtle notion is formulated by him/ about what is seen, heard, or sensed here (Không có ngay cả một niệm vi tế nào hình thành [trong tâm] người đó/ về những cái được thấy, nghe, nhận biết).

Bản Việt dịch của HT Thích Minh Châu viết:

802. Đối vị ấy ở đây,
Những gì được thấy nghe,
Được cảm thọ tưởng đến,
Chút suy tưởng cũng không...

Riêng bài Kệ 803 trong kinh Sn 4.5, bản Anh dịch của sư Bhante Varado viết rằng người trí cũng buông bỏ cả lời Đức Phật dạy, trích:

He does not concoct religious teachings,
Nor does he blindly follow them.
He does not hold on even to the Buddha's teachings.

Dịch:

Người đó không dựng lập lời dạy tôn giáo nào
Cũng không mù quáng theo chúng
Người đó cũng không bám giữ lời dạy của Đức Phật.

Chỗ này cần suy nghĩ: tại sao Đức Phật nói là chớ nên giữ gìn cái nhìn (view, quan kiến, lập trường) nào, kể cả giới luật và lời dạy Đức Phật? Thứ nhất, nên tự nhắc là, trong khi chưa qua sông, chớ nên rời bỏ bè pháp. Thứ nhì, nếu lời dạy (về giới luật, về kinh điển) của Đức Phật chỉ còn là ***ký ức của những cái hôm qua*** *để chúng ta phải giữ gìn, có nghĩa là tức khắc chúng ta mất cái hiện tiền của hôm nay và do vậy [người sống với hiện tại] nên rời bỏ ký ức hôm qua đó. Thái độ này được Thiền sư Pháp Loa (1284 - 1330), tức vị Tổ thứ hai của Thiền phái Trúc Lâm tại Việt Nam, nói rằng phải sống với tâm thức làm sao để mỗi lần nói lên đều mỗi lần mới, kể cả khi nhắc lại lời kinh, ý tổ. Muốn lìa "cái tâm hôm qua" có nghĩa là, như ngài Pháp Loa dạy, phải sống với một vị "Phật vốn tâm không." Nghĩa là, buông bỏ hết cả thân tâm, và do vậy khi cầm tới bất kỳ pháp nào, tất cả đều trở thành mới tinh khôi. Nghĩa là, Thiền tập chính là người sống với sơ tâm (beginner's mind) – như lời dạy của Thiền sư Đạo Nguyên (1200-1253, Nhật Bản). Sơ tâm như thế, ngồi thiền, tụng kinh và giữ giới mới thực là sống cái hiện tiền.*

Tóm lược ý kinh: Buông tất cả, kể cả tâm buông bỏ. Tâm vô *niệm trong mọi thời thấy nghe hay biết. Sống với Như Thị [của cái hiện tiền].*

Kinh này gồm các bài kệ từ 796 tới 803.

796
Nếu có ai chọn một cái nhìn [quan kiến, quan điểm] nào,
cho rằng cái nhìn đó là tối thượng trên thế giới
và nói rằng tất cả cái nhìn khác là thấp kém –
như thế, người đó chưa thoát khỏi tranh cãi.

797
Trong bất cứ những gì người đó thấy lợi ích
trong cái được thấy, được nghe, được nhận biết
hay trong giới luật và nghi lễ tôn giáo
và do vậy người đó nắm giữ cái nhìn đó
rồi thấy tất cả các cái nhìn khác là thấp kém.

798
Người trí gọi như thế là bị trói buộc khi dựa vào cái nhìn này
và xem các cái nhìn khác là thấp kém
do vậy, một tu sĩ không nên dựa vào những gì thấy nghe hay biết
cũng không dựa vào giới luật và nghi lễ tôn giáo.

799
Và do vậy người đó không giữ cái nhìn nào trong thế giới này
[mà cái nhìn đó] dựa vào kiến thức, giới luật, nghi lễ tôn giáo

cũng không tự thấy mình cao hơn hay thấp hơn
hay ngang bằng với bất kỳ ai.

800
Rời tất cả các lập trường, không nắm giữ gì hết
không dựa vào kiến thức
không về phe nào trong các tranh cãi, chia rẽ
cũng không lui về giữ bất kỳ cái nhìn nào.

801
Người trí không nghiêng về bất kỳ phía nào
dù về hữu hay phi hữu (có/không), dù cõi này hay cõi sau
Không có gì để nắm giữ, bấu víu trong
tất cả các giáo thuyết người này đã học và suy tính

802
Trong những cái được thấy, nghe, nhận biết
chớ để một niệm vi tế nào khởi trong tâm
Với người không nắm giữ một kiến nào như thế
làm sao có ai trong thế giới này xếp loại được vị đó.

803
Vị đó không dựng lập, thiên về,
không nắm giữ giáo thuyết nào
không bị dẫn dắt bởi giới luật hay nghi lễ tôn giáo
Sống với Như Thị [is Thus] vị đó qua bờ, không lùi lại.

Hết Kinh Sn 4.5

Sn 4.6 – JARA SUTTA

KINH VỀ TUỔI GIÀ

Kinh này nói về cái chết, vô thường, mất mát... Kinh này không nói về vô ngã, nhưng nói rằng phải xa lìa "cái của tôi," và khuyên nên rời bỏ đời sống thế tục để sống tịch tịnh.

Bài Kệ 813 cuối kinh dạy rằng "chớ suy nghĩ tư lường" – hiểu là chớ khởi niệm, chớ biện biệt... Đây cũng là tư tưởng Thiền Tông của Lục Tổ Huệ Năng.

Hai câu đầu bài Kệ 813 trong bản Anh dịch của Bhikkhu Bodhi viết: One cleansed does not thereby conceive / things seen, heard, or sensed (Người thanh tịnh do vậy không khởi niệm tư lường về những gì được thấy, được nghe, hay được nhận biết).

Trong bản Anh dịch của Mills viết: Certainly the wise do not conceive / upon the seen, the heard, and cognized (Hiển nhiên là người trí không khởi niệm tư lường với những gì được thấy, được nghe, hay được nhận biết).

Để làm sáng tỏ yếu chỉ Vô Niệm, chúng ta có thể dẫn lời Lục

Tổ Huệ Năng trong Kinh Pháp Bảo Đàn, bản Việt dịch của Thầy Thích Duy Lực dịch, Phẩm Bát Nhã Thứ Hai, trích:

"Sao gọi là vô niệm? Nếu thấy tất cả pháp tâm không nhiễm trước gọi là VÔ NIỆM, dùng thì khắp nơi, cũng chẳng dính mắc ở khắp nơi, hễ sạch được bổn tâm, khiến lục thức ra cửa lục căn, đối với lục trần mà chẳng nhiễm chẳng trước, đi lại tự do, ứng dụng vô ngại tức là BÁT NHÃ TAM MUỘI, tự tại giải thoát, gọi là hạnh VÔ NIỆM. Chứ chẳng phải như người lầm tưởng cho là trăm điều chẳng nghĩ, chỉ cho niệm tuyệt, ấy là pháp trói buộc, tức là biên kiến. Thiện tri thức, kẻ ngộ pháp VÔ NIỆM thông đạt vạn pháp, ngộ pháp VÔ NIỆM thấy được cảnh giới chư Phật, ngộ pháp VÔ NIỆM được đến địa vị Phật. Thiện tri thức, nếu người đời sau ngộ được pháp này, đem pháp môn đốn giáo này với những người đồng một chánh kiến chánh hạnh phát nguyện cùng tu, như cúng dường Phật mà suốt đời chẳng thối lui, người ấy nhất định được vào Thánh vị."

***Tóm lược ý kinh**: Đời sống ngắn ngủi, chớ hề có gì là "cái của tôi." Hãy rời bỏ đời thế tục. Chớ khởi niệm suy nghĩ tư lường. Hãy sống trong tịch tịnh.*

Kinh này gồm các bài kệ từ 804 tới 813.

804

Đời sống này thực sự ngắn ngủi –
chưa tới 100 năm, ngươi sẽ chết
và nếu sống thọ hơn
ngươi lúc đó sẽ chết vì tuổi già

805
Người ta sầu khổ vì những cái "của tôi"
-- không tài sản nào là thường còn.
Vì thấy những ly tan, không gì là "của tôi"
ngươi chớ nên sống đời thế tục.

806
Tất cả những gì người ta nhận là "của tôi"
đều bị rời bỏ trong cái chết.
Biết như thế, người trí không nên
sống ích kỷ với những gì cho là "của tôi."

807
Y hệt, khi thức tỉnh, người ta không thấy
những gì đã gặp trong mơ
do vậy, sẽ không thấy được người thân thương
khi họ đã chết và đã mãn phần.

808
Người ta bây giờ được thấy và nghe
và được gọi bằng tên
nhưng khi họ chết
chỉ còn tên gọi là được nhắc tới.

809
Những người tham giữ những "cái của tôi"
sẽ sống với sầu khổ, tuyệt vọng và tham đắm
Do vậy người trí rời bỏ các tài sản

để sống trong cái thấy tịch tịnh an bình.

810
Với một nhà sư sống với tâm không dính mắc
chỉ có một chỗ ngồi vắng lặng
người ta thấy rằng vị này
sẽ không còn một cõi nào để tới nữa.

811
Người trí không nương tựa vào bất kỳ gì
không thấy gì để trân quý hay ghét bỏ
Sầu khổ và tham đắm không dính vào người này
hệt như nước không dính vào chiếc lá.

812
Như giọt nước trên lá sen
như nước không dính vào bông sen
những gì được thấy, nghe, nhận biết
không dính mắc gì vào người trí.

813
Người thanh tịnh không khởi niệm tư lường
về những gì được thấy, nghe, nhận biết
cũng không muốn tìm thanh tịnh qua bất kỳ cách nào
vì đã không còn gì để tham đắm hay ghét bỏ.

Hết Kinh Sn 4.6

Sn 4.7 – TISSAMETTEYYA SUTTA

KINH DẠY TISSA METTEYYA

Trong kinh này, ngài Tissa Metteyya hỏi Đức Phật về nguy hiểm của tình dục. Đức Phật nói rằng hạnh cao quý là sống đời độc thân, tự rèn luyện trong cô tịch. Nhưng cũng chớ bao giờ tự xem mình hơn người, dù đã xa lìa ái dục, dù đã vào được bậc cao quý.

Người đã vượt trận lụt, đã qua bờ kia, là người sống với tự do. Trong bài Kệ 823, cuối kinh này, nói về người qua bờ kia là người đã giải thoát – Fronsdal dịch là: ***living free*** *(sống tự do); Bhikkhu Bodhi dịch là* ***lives void*** *(sống cái rỗng rang Không Tính) – từ chữ ritta, có nghĩa là tự do, còn hàm nghĩa rỗng rang, hay là không chứa đựng gì nữa.*

Chúng ta nhận thấy rằng Thiền Tông thường nhấn mạnh về đốn ngộ được Tánh Không. Tất cả các công cụ của Thiền Tông đều nhấn mạnh rằng không cần niệm gì hết, dù là niệm Phật hay niệm Pháp hay niệm Tăng, cũng không cần niệm Thân Thọ Tâm Pháp gì hết, vì cho rằng đó là pháp phương tiện. Thiền Tông muốn rằng học nhân phải thấy ngay Đương Thể Tức Không, thì tất cả lậu hoặc sẽ vắng lặng và từ từ biến mất.

Kinh Pháp Bảo Đàn, Phẩm Cơ Duyên, bản dịch của Thầy Thích Thanh Từ, có đoạn ngài Huệ Năng dạy ngài Trí Thông, trích:

"Tăng Trí Thông: người quê ở An Phong thuộc Thọ Châu, ban đầu xem kinh Lăng-già đến hơn một ngàn lần nhưng không hiểu được Tam thân Tứ trí, đến lễ Tổ cầu giải nghĩa này. Tổ bảo: "Ba thân là Thanh tịnh Pháp Thân, đó là tánh của ông, Viên mãn Báo thân là trí của ông, Thiên bá ức Hóa thân là hạnh của ông vậy. Nếu lìa bản tánh riêng nói ba thân tức gọi có thân mà không trí, nếu ngộ được ba thân không có tự tánh tức là rõ bốn trí Bồ-đề."..."

***Tóm lược ý kinh**: hãy sống hạnh độc thân, cô tịch, rỗng rang Không tính.*

Kinh này gồm các bài kệ từ 814 tới 823.

814

(Tissa nói)

Xin Ngài hãy giải thích về nguy hiểm
đối với người vui thú dục tình.
Nghe lời giảng pháp của Ngài xong
chúng tôi sẽ về nơi cô tịch để y pháp phụng hành.

815
(Đức Phật đáp)
Người bị lôi cuốn vào tình dục,
sẽ bỏ quên chánh pháp
sẽ hành pháp sai trái
không có gì cao quý nơi người đó.

816
Với người đã từng sống độc thân
bây giờ vui thú tình dục
y hệt như cỗ xe chệch hướng
bị gọi trong thế gian này là kẻ thấp kém.

817
Bất cứ lời khen hay danh tiếng mà người đó
từng có đều chắc chắn sẽ tan biến
Thấy như thế, hãy tự rèn luyện
rời bỏ tình dục.

818
Ngập tràn với ý nghĩ về tình dục
người đó bị nung nấu trong khổ sở
Khi nghe có ai khác bị rầy la
người đó cũng tự thấy xấu hổ.

819
Khi bị người khác chỉ trích
người này đưa ra binh khí đáp trả

dựng rào che chắn [để biện hộ]
như thế lại lún sâu vào sai trái.

820
Từng nổi tiếng là bậc trí tuệ
người quyết tâm sống hạnh độc thân
sau đó lại rơi vào tình dục
sẽ bị gọi là một gã khờ nhiễm ô.

821
Biết nguy hiểm như thế
người trí -- từ khởi đầu, cho tới về sau –
kiên tâm sống hạnh độc thân
không để rơi vào tình dục.

822
Do vậy, hãy tự rèn luyện trong cô tịch
đó là hạnh tối thắng trong những bậc cao quý
cũng chớ vì thế tự xem mình tối thắng
như thế mới là gần bên Niết bàn.

823
Kẻ bị trói trong lưới dục ganh tỵ
vì người trí đã xa lìa dục lạc
đã sống với rỗng rang [trong tâm]
đã vượt thắng trận lụt, qua bờ kia.

Hết Kinh Sn 4.7

KINH NHẬT TỤNG SƠ THỜI

Sn 4.8 – PASURA SUTTA

KINH PASURA -- CHỚ TRANH CÃI

Kinh này là lời Đức Phật nói với Pasura, một du sĩ nổi tiếng về biện luận đã tới tìm gặp Đức Phật để tranh luận về giáo thuyết. Đức Phật chỉ trích thói quen tranh cãi, biện luận, kiểu tự cho giáo thuyết mình là tối thắng và xem thường pháp của người khác. Thêm nữa, Đức Phật nói rằng Ngài là bậc Thuần Tịnh, không nắm giữ một quan điểm (quan kiến, lập trường, giáo thuyết) nào như là tối thượng, và do vậy không thấy có gì để tranh cãi.

Về mặt đời, có khi tranh cãi là hoàn cảnh cần thiết. Nhưng về mặt đạo, tranh cãi là còn vướng vào dục, còn kẹt vào nhân/ngã. Lời Đức Phật trong Kinh MN 18, bản dịch của HT Thích Minh Châu, trích:

"Có vị Gậy cầm tay (Dandapani) Sakka (Thích-ca), kéo bộ khắp nơi, ngao du thiên hạ, đến tại rừng Đại Lâm, đi sâu vào ngôi rừng, đến tại Beluvalatthika chỗ Thế Tôn ở, khi đến xong nói lên những lời hỏi thăm xã giao thân hữu, rồi đứng một bên, dựa trên cây gậy, đứng một bên. Gậy cầm tay Sakka

nói với Thế Tôn: "Sa-môn có quan điểm thế nào, giảng thuyết những gì?"

"Này Hiền giả, theo lời dạy của Ta, trong thế giới với chư Thiên, Māra và Phạm thiên, với các chúng Sa-môn, Bà-la-môn, chư Thiên và loài Người, ***không có tranh luận một ai ở đời****; các tưởng sẽ không ám ảnh vị Bà-la-môn sống không bị dục triền phược, không có nghi ngờ do dự, với mọi hối quá đoạn diệt, không có tham ái đối với hữu và phi hữu. Này Hiền giả, như vậy là quan điểm của Ta, như vậy là lời Ta giảng dạy."..."*

Tóm lược ý kinh: ***Chớ tranh cãi. Hãy sống không đối thủ. Chớ nắm giữ quan điểm nào như là tối thượng.***

Kinh này gồm các bài kệ từ 824 tới 834.

824

Họ nói: "Chỉ có thanh tịnh trong pháp của chúng tôi"
và nói rằng pháp của người khác không thanh tịnh.
Họ nói những gì họ nương tựa là tốt nhất
và bám vào các sự thật riêng của họ.

825

Họ ưa tranh cãi, lao người vào các hội chúng
từng cặp tranh cãi, gọi người khác là kẻ khờ
Họ khẳng định lý luận dựa vào niềm tin khác nhau
muốn được ca ngợi, họ tự cho là thiện nghệ.

826

Tranh cãi giữa hội chúng
lo sợ thua, họ chỉ muốn lời khen

Khi bị chất vấn, họ cảm thấy mất mặt
bực dọc, họ soi mói lỗi của đối thủ.

827
Khi lý luận của người này bị cho là kém
và khi các trọng tài bác bỏ lý luận đó
họ sẽ sầu khổ, than thở
tự rên rỉ: "Đối thủ hơn mình rồi."

828
Khởi lên tranh cãi giữa các du sĩ
sẽ gây ra cả vui thắng, buồn thua
Do vậy, chớ nên tham dự tranh cãi
không lợi ích gì trong các lời khen.

829
Khi được khen giữa hội chúng
vì đưa ra lý thuyết lôi cuốn
họ vui cười, tăng thêm kiêu mạn
vì đạt được như ước vọng.

830
Trong khi kiêu căng làm nền cho sầu khổ
họ vẫn nói với tự hào, kiêu mạn
Thấy như thế, chớ nên tranh cãi
Người trí nói, thanh tịnh không tới vì tranh cãi.

831
Như một võ sĩ được hoàng gia nuôi ăn
phóng tìm đối thủ, gầm rống lên
chạy tới, tìm nơi tác chiến
Nhưng nơi đây, trước giờ, không kình đấu gì đâu.

832
Khi nắm một quan điểm và tranh cãi,
họ tuyên bố, "Riêng thuyết này là đúng."
Hãy trả lời họ rằng, "Sẽ không có ai nơi đây
bước ra tranh cãi với ngươi đâu."

833
Này Pasura, đối thủ nào ngươi sẽ có từ
những người sống không đối thủ
những người không lấy quan điểm này chống quan điểm khác
những người không nắm giữ gì gọi là tối thượng?

834
Bây giờ ngươi đã tới đây, trong tâm ngươi
suy nghĩ và biện giải nhiều quan điểm
Ngươi đang trực diện với một bậc Thuần Tịnh
do vậy, ngươi không thể thành công.

Hết Kinh Sn 4.8

Sn 4.9 – MAGANDIYA SUTTA
KINH VỀ KHÔNG GIỮ QUAN ĐIỂM NÀO

Duyên khởi kinh này, theo chú giải, là do ông Magandiya ngỏ ý muốn gả cô con gái xinh đẹp cho Đức Phật. Trong bài Kệ 835 đầu kinh, Bhikkhu Bodhi không dịch ba chữ Tanha, Arati, Raga và ghi chú rằng đó là tên ba cô con gái của Mara; các bản của Bhante Varado, của Müller & Fausboll cũng làm như Bodhi. Trong khi đó, bản của Fronsdal dịch là craving (tham), aversion (sân), lust (sắc dục); các bản của Thanissaro Bhikkhu, Khantipalo, Pannobhasa Bhikkhu dịch bằng các chữ tương đương.

Đức Phật nói trong bài Kệ 839 rằng thanh tịnh (hiểu là giải thoát) không thể tới từ quan điểm (kiến, giáo thuyết), từ việc học (cái ngoài tâm mình), từ kiến thức (cái biết của quá khứ), từ giới luật, từ nghi thức tôn giáo.

Đức Phật cũng trong bài kệ đó, nói giải thoát cũng không phải là khi bác bỏ giáo thuyết, bỏ việc học, bỏ kiến thức, bỏ giới luật, bỏ nghi thức tôn giáo.

Điểm quan trọng không phải là học hay không học, không phải là giữ giới hay phá giới, không phải là tụng kinh hay không tụng kinh, không phải là nắm giữ Pháp Phật hay rời bỏ Pháp Phật... Mà là không nắm giữ gì (vô sở trụ).

Khi nghe Đức Phật dạy như đoạn trên, Magandiya nói rằng ông có cảm giác lời Đức Phật dạy là hoàn toàn rối bời (bản dịch Bodhi: utterly confused), ngốc nghếch (bản Fronsdal: foolish), rất mờ ảo (bản Khantipalo: very deluded)... Nghĩa là, nói theo Thiền Tông, một khi tay hoa chuyển, tứ chúng đều mờ mịt.

Ngôn phong bài này y hệt như Long Thọ trong Trung Luận. Nghĩa là, Đức Phật nói, ta không một pháp dạy cho người.

Tuy nhiên, phải tin sâu nhân quả, để không bao giờ làm gì sai trái.

Đặc biệt, lời Đức Phật nói ở câu đầu trong bài Kệ 847 gợi nhớ pháp tu vô niệm của Thiền Tông, khi dạy là phải xa lìa tưởng. Tưởng là khởi đầu, trước khi dẫn tới niệm (xin mời xem phân tích chi tiết ở Kinh Sn 5.13 trong Phẩm Qua Bờ Bên Kia).

-- Câu đầu bài Kệ 847 ở bản Khantipalo dịch là: For one detached from perception, there exist no ties.

-- Bản Thanissaro: For one dispassionate toward perception, there are no ties.

-- Bản Bodhi: For one detached from perception, there are no knots.

-- Bản Fronsdal: Someone freed from concepts has no ties.

-- Bản HT Minh Châu: Người không ưa thích tưởng, không có bị trói buộc.

-- Nơi đây, sẽ dịch là: Với người đã xa lìa tưởng, sẽ không còn gì trói buộc

***Tóm lược ý kinh**: Lìa ái dục, bỏ tranh cãi. Không nắm giữ một pháp nào. Y hệt như người lên tới đầu sào trăm trượng và bước thêm một bước vào chỗ không gì nương tựa.*

Kinh này gồm các bài kệ từ 835 tới 847.

835
(Đức Phật nói)
Đã thấy Tham, Sân, và Sắc Dục
ta không ham muốn tình dục chút nào.
Cái thân gì đây – đầy những nước tiểu và phân –
ta không muốn, ngay cả đưa bàn chân ta chạm tới.

836
(Magandiya nói)
Nếu Ngài không muốn viên ngọc như thế này,
một thiếu nữ được nhiều quân vương thèm muốn,
xin cho biết Ngài thuyết giảng gì về quan điểm,
giới luật, nghi lễ tôn giáo, nếp sống, muốn tái sinh về đâu.

837
(Đức Phật nói)
Xem các giáo thuyết người ta nắm giữ,

ta không thuyết một pháp nào cho đời nắm giữ
Nhìn vào các quan điểm, ta không nắm giữ gì (vô sở trụ)
Khảo sát, ta nhìn thấy bình an nội tâm.

838
(Magandiya nói)
Ngài nói về không nắm giữ gì (về vô sở trụ)
với những thuyết đã được dựng lập
Nhưng bình an nội tâm có nghĩa là gì?
Làm sao người trí có thể tuyên thuyết nó?

839
(Đức Phật nói với Magandiya)
Ta nói rằng thanh tịnh không thể tới từ quan điểm,
học hỏi, kiến thức, giới luật, và nghi lễ tôn giáo;
cũng không thể tới từ thiếu vắng quan điểm,
học hỏi, kiến thức, giới luật, và nghi lễ tôn giáo.
Nhưng chỉ là khi buông xả hết, khi không nắm giữ gì hết,
thì sẽ bình an (không dựa vào đâu), không còn muốn sanh hữu nữa.

840
(Magandiya nói)
Nếu thanh tịnh không tới từ quan điểm, việc học,
kiến thức, giới luật, nghi lễ tôn giáo
mà cũng không phải không quan điểm, không việc học,
không kiến thức, không giới luật, không nghi lễ tôn giáo
Tôi nghĩ đó là lời dạy rất mực rối bời;

một số người dựa vào quan điểm (giáo thuyết) để tịnh hóa.

841
(Đức Phật nói)
Ngươi hỏi liên tục là dựa vào các quan điểm của ngươi
và thấy rối bời vì chính do các thứ do người nắm giữ
Ngươi không nhận ra một chút ý nào ta nói
do vậy ngươi thấy rất mực rối bời.

842
Khi có ai suy nghĩ rằng họ ngang bằng, cao hơn, hay thấp hơn
là tự họ rơi vào tranh cãi.
Với người không lay động về 3 xếp loại đó
sẽ không suy nghĩ gì về ngang bằng hay cao hơn.

843
Tại sao người Phạm hạnh đó nói 'cái này đúng'?
hay là với ai, người này cãi rằng 'cái này sai'?
Đã không thấy cả 'bằng nhau' và 'không bằng nhau'
với ai mà người này còn tranh cãi nữa?

844
Đã xuất gia, làm người du sĩ không nhà
không thân cận với dân làng nào
xa lìa ái dục, không ưa thích mong đợi gì
Bậc trí sẽ không tranh cãi gì với ai.

845
Không dính mắc, vị đó lang thang trong thế giới này
bậc long tượng đó không nắm giữ và cũng không tranh cãi gì
hệt như bông sen mọc lên trong nước
không nhiễm cả nước lẫn bùn
như thế, vị này bênh vực hòa bình, xa lìa tham,
không nhiễm gì với lạc thọ và thế giới này.

846
Không vì có quan điểm hay vì có ý kiến gì
mà bậc trí tuệ trở nên kiêu hãnh
vì vị này không thấy cái gì là "của tôi" nữa.
Không bị nghiệp và kiến thức (cái đã học) dẫn đi nữa,
vị này sẽ không bị kéo về bất kỳ chỗ nào nữa.

847
Với người đã xa lìa tưởng, sẽ không còn gì trói buộc
Với người giải thoát bởi trí tuệ sẽ không lầm lạc hư ảo nữa.
Với người nắm giữ các tưởng và quan điểm
họ sẽ xô xát tranh cãi khi đi trong thế giới này.

Hết Kinh Sn 4.9

Sn 4.10 – PURABHEDA SUTTA
KINH TRƯỚC KHI THÂN TAN RÃ

Nói thân tan rã, là nói về sự chết hay khi hấp hối. Kinh khởi đầu với một người hỏi Đức Phật rằng phải nhìn thấy gì (kiến) và giữ giới (sila) như thế nào để được bình an – người bình an còn gọi là người tối thắng. Luận thư đời sau (theo bản dịch của Bhikkhu Bodhi) giải thích rằng duyên khởi kinh là do Đức Phật nhận thấy một số chư thiên trong hội chúng khởi tâm thắc mắc, "Nên làm gì trước khi thân này tan rã?" Đức Phật mới dùng thần thông tạo ra hình ảnh một vị Phật đi cùng với 1,250 tỳ khưu tụ hội trên không trung, và Đức Phật Thích Ca dùng thần thông để vị Phật (trên không, do thần thông tạo ra) đặt câu hỏi để Ngài nói bài kinh này. Vị Phật trên không đó được ngài Bodhi dịch là "a mind-created buddha" – nghĩa là, một vị "hóa Phật do tâm tạo" hay "huyễn Phật do tâm tạo" bỗng hiện trên bầu trời và nêu câu hỏi cho Đức Phật Thích Ca trả lời, thuyết kinh. Phải chăng hình ảnh hóa Phật này là một Đức Phật A Di Đà hay một Đức Phật Dược Sư?

Kinh này đặc biệt, hầu hết, không dạy là phải làm gì. Mà tập trung dạy là không, dạy là chớ, dạy là đừng. Nghe văn phong, có thể nghĩ tới Bát Nhã. Vì có vẻ như làm gì cũng sai, và không làm bất cứ gì mới là đúng. Duy có lời Đức Phật dạy: luôn luôn tịch lặng và tỉnh thức. Tức là chỉ và quán, quân bình. Đây cũng là chỗ để suy nghĩ, bởi vì rất nhiều nhà sư và học giả thế giới từ thế kỷ 19 tới giờ nhấn mạnh vào quán (vipassana) hơn là chỉ (samatha). Đức Phật còn gọi người giải thoát là người Bình An, có vẻ nhấn mạnh yếu tố tịch tĩnh hơn là quán chiếu.

Đối chiếu, cũng sẽ thấy rất nhiều lời dạy của Thiền Tông trong này. Kinh Sn 4.10 tuy ngắn, nhưng gói trọn nhiều lời dạy của Tuệ Trung Thượng Sĩ, Trần Nhân Tông, Huệ Năng, Lâm Tế, Dogen, Hakuin... Nếu tóm gọn một lời, theo Thiền Tông sẽ là: ***Tỉnh tỉnh lặng lặng sống với tâm không biết****. Cũng là Tâm vô tâm; kinh này gọi là không nương tựa gì, dù là nương tựa giáo thuyết. Thậm chí, Đức Phật nhấn mạnh, hãy xa lìa tất cả kiến. Trong khi Thiền Tông gọi là* ***Thấy Tánh*** *(Tánh Không, còn gọi là Thực Tướng Vô Tướng, hay Y Tha Tánh Duyên Khởi), trong kinh này Đức Phật gọi là* ***nhận ra Pháp.***

Ý đó, ghi trong bài Kệ 856, y hệt như trong Kinh Kim Cang, bản dịch Bodhi:

He has no dependences – having known the Dhamma, he is independent.

(Dịch: Người này không nương tựa gì [vô sở trụ] – ***nhận ra Pháp****, người này độc lập.)*

Nơi đây vắng bặt những cái đã biết, đã học trong quá khứ hay đã mơ mộng về tương lai, và cũng không bận tâm với khoảnh khắc hiện tại; do vậy không có gì để so sánh thấp cao hay ngang bằng. Chỉ có cái tâm tỉnh thức lặng lẽ hiện tiền, người này ***sống với những cái chưa từng biết, và do vậy từng khoảnh khắc đều hiện ra mới tinh****. Với tâm như thế, vắng bặt tất cả tham sân si mạn nghi. Tâm y hệt như lá sen, không giọt nước nào trụ lại. Vì là tỉnh thức với tâm không biết, nên trước mắt thấy rỗng rang vắng bặt tất cả sắc thọ tưởng hành thức.*

Tóm lược ý kinh*: Không tham sân. Không dính gì với quá, hiện, vị lai. Không dính gì tới xúc (từ mắt tai mũi lưỡi thân ý). Không dựa vào kiến nào. Không tài sản. Không thấy mình cao, thấp, hay ngang bằng gì. Tâm không chỗ trụ, sẽ nhận ra Pháp. Tịch lặng, tỉnh thức.*

Kinh này gồm các bài kệ từ 848 tới 861.

848

(Câu hỏi)

Nhìn thấy thế nào và hành xử thế nào
một người sẽ được gọi là bình an?
Tôi xin hỏi, và thưa Ngài Gotama,
xin dạy cho biết về người tối thắng.

849

(Đức Phật đáp)

Người đã không còn tham ái
trước khi thân tan rã
không dựa vào những gì trong quá khứ
không toan tính tư lường trong hiện tại
cũng không ước muốn gì ở tương lai.

850
Không còn giận dữ, sợ hãi
không còn khoe khoang, hối tiếc
họ là người trí, nói với điềm tĩnh
không lời nào ngã mạn, dao động

851
không mong muốn gì cho tương lai
không sầu muộn gì cho quá khứ
cô tịch giữa các xúc (từ mắt tai mũi lưỡi thân ý)
không bị dẫn đi bởi các kiến (quan điểm, lý thuyết).

852
không dính mắc, không lừa gạt
không tham muốn, không keo kiệt
không thô bạo, không kình chống
cũng không dùng lời tổn thương

853
không chạy theo các niềm vui
không tự hào, không ngã mạn
không dễ tin người, không mê đắm gì
luôn luôn dịu dàng, thông minh

854
rèn luyện không vì muốn được gì
không phiền hà khi thiếu thốn
không lòng tham nào khởi lên

cũng không chạy tìm các thức ăn ngon

855
Luôn luôn tỉnh thức và tịch lặng
Do vậy, không hề nghĩ gì về mình
là bằng ai, hơn ai, hay thua ai
không hề chút gì là tự hào

856
Với người không dựa vào bất cứ gì
nhận biết ra **Pháp**, người này độc lập.
Không chút tham muốn nào còn trong tâm
dù [tham] hữu hay vô, dù [tham] trở thành hay không trở thành.

857
Ta gọi người như thế là Bình An
người không bận tâm với thọ lạc
người, do vậy, không còn bị trói buộc
và đã vượt qua mọi dính mắc.

858
Người đó không có con trai hay gia súc
không có đồng ruộng hay đất đai
Với người này, không gì được tìm thấy
để họ cất giữ hay quăng bỏ.

859
không bận tâm những lời người khác
cùng với các ẩn tu, các Phạm hạnh
bình phẩm về họ,
người này không dao động vì bất kỳ lời ai nói.

860
Không tham và không keo kiệt,
người tịch tĩnh này tự nói là
mình cao hơn, ngang bằng, hay thấp hơn
Xa lìa mọi so sánh, đối chiếu
người này không còn khởi tâm so sánh gì nữa.

861
Không lấy gì trên đời làm của mình
không buồn vì những gì mình không có
không dính gì tới bất kỳ giáo thuyết nào
người đó thực sự được gọi là Bình An.

Hết Kinh Sn 4.10

Sn 4.11 – KALAHA-VIVADA SUTTA
KINH CỘI NGUỒN TRANH CÃI

Đức Phật nói về thuyết duyên khởi: tham sinh ái (lòng tham sinh ra các thứ nhị nguyên, được ưa thích hay ghét bỏ), ái sinh thủ (để làm duyên nắm giữ), từ thủ sinh ra hy vọng và ước muốn sinh hữu trong cõi dục (kiếp này và kiếp sau)... Chưa xếp thành 12 duyên khởi như hình thức về sau, nhưng đã cho thấy thế giới này vận hành trên lòng tham. Nghĩa là, dứt bỏ tâm tham, là giải thoát.

Trong kinh này có chữ "danh" và "sắc" -- trong đó "danh" là dịch từ chữ "nama" -- tức là vận hành của tâm; và chữ "sắc" là dịch từ chữ "rupa"... Hầu hết dịch giả dịch chữ "sắc" là "form" hay "appearance"... Hiện tượng "xúc" (contact, hay touch) khởi lên là khi con mắt gặp sắc (hình tướng, cơ thể, hay đối tượng của ý căn), sẽ sinh khởi nhãn thức. Lúc đó, phán đoán so đo "ưa/không ưa" có thể khởi dậy, sẽ sinh ra nắm giữ (thủ) để làm "cái của tôi" và như thế là rơi vào sinh tử. Tương tự với tai nghe tiếng...

Danh và sắc có khi còn được dịch là tâm và thân. Tuy nhiên, chữ thân không riêng chỉ cơ thể người. Vì sắc được hiểu là đối tượng của tâm, tức là: cái được thấy, cái được nghe... cái được suy nghĩ tư lường. Nghĩa là, cơ thể, núi sông, biển rừng... đều là thân. Và "khái niệm" (cái được suy nghĩ tư lường) cũng là thân. Câu hỏi trong bài Kệ 873 là "làm sao để thân biến mất" cũng có nghĩa là, làm sao để "vô niệm" – do vậy, Kinh Sn 4.11 có thể được hiểu đầy đủ qua ngôn ngữ Pháp Bảo Đàn Kinh của ngài Huệ Năng. Câu trả lời là bài Kệ 874, nói rằng biết mà không phải là biết, mà cũng không phải là không biết...

Do vậy, khi Thiền Tông nói rằng phải thấy "Thực tướng không thân, tức Pháp thân" thì chữ "thân" có nghĩa là "tất cả những cái được thấy nghe... tư lường" đều được thấy rỗng rang duyên khởi, và đó chính là thấy được Pháp thân.

*Nhưng Pháp (Dhamma, Dharma) nơi đây là gì? **Pháp chính là Luật duyên khởi**, vì từ đó thế giới thân tâm vận hành. Khái niệm Ngộ của Thiền Tông có lẽ xuất phát từ chữ Biết, hay Nhận Ra. Bài kệ 877 trong kinh này nói rằng người tu phải khảo sát Luật duyên khởi, và khi Ngộ xong thì tự động xa lìa tranh cãi. Như thế, chữ Tự Tánh trong Thiền Tông của Huệ Năng, hẳn là chữ Pháp trong các bản kinh cổ.*

Đức Phật nơi đây không dạy Vipassana như hình thức của thế kỷ 21 ở Hoa Kỳ (như: khi đi thì biết đi, ngồi biết ngồi, ngứa biết ngứa, lạnh nóng thì biết lạnh nóng; khi khởi niệm vui, buồn, ưa, ghét thì biết khởi niệm vui, buồn, ưa, ghét). Đức Phật nơi đây không dạy niệm, mà dạy phải tỉnh thức để Khảo Sát (investigate), để ngộ ra Pháp, nghĩa là một phương pháp tỉnh thức, nhìn vào nơi sinh khởi tâm -- tương tự như pháp Tham Thoại Đầu khi ngài Hư Vân dạy nhìn xem tận gốc câu "Niệm Phật là ai?"

Trích từ bài kệ 877 (viết theo văn xuôi để dễ đọc):

... người trí sẽ ***khảo sát luật duyên khởi****. Biết xong (ngộ xong), người giải thoát không tham dự tranh cãi. Người trí không còn dính gì nữa với hữu/vô, sinh/diệt.*

Bản Fronsdal: A sage ***investigates conditionality****. Knowing, the liberated one doesn't get into disputes; This wise one doesn't associate with becoming or not-becoming.*

Bản Thanisarro: ...the sage, ***ponders dependencies****. On knowing them, released, he doesn't get into disputes, doesn't meet with becoming & not-: he's enlightened.*

Bản Khantipalo: ...having ***Known their dependence****, the investigative Sage/since Liberated Knows, so no longer disputes, the wise one goes not from being to being.*

Bản Bodhi: ... having ***known the dependencies****, the muni, the investigator, having known, liberated, does not enter disputes; the wise one does not come upon various states of existence.*

Tóm lược ý kinh: *Còn tranh cãi là còn tham ái, còn so đo ưa/ghét, đúng/sai, là sẽ mãi tái sinh luân hồi. Thế giới sắc tướng hiện lên qua tâm [được thấy, được nghe, được thọ...], là do duyên khởi. Khi ngộ ra Pháp [thấy Tánh Duyên Khởi], người tu sẽ rỗng rang thanh tịnh, sẽ xa lìa các niệm tranh cãi, sẽ không còn tái sanh ở bất kỳ cõi nào.*

Kinh này gồm các bài kệ từ 862 tới 877.

862

(Câu hỏi)

Từ đâu khởi lên các thứ gây gỗ, tranh cãi
tuyệt vọng, nỗi buồn, ích kỷ, tự hào

kiêu mạn, và lời nói xấu?
Từ đâu chúng khởi lên, xin trả lời với.

863
(Đức Phật)
Từ những gì được ưa thích sẽ hiện ra gây gỗ, tranh cãi
tuyệt vọng, nỗi buồn, ích kỷ, tự hào
kiêu mạn, và lời nói xấu.
Gây gỗ và tranh cãi nối kết với ích kỷ
Lời nói xấu hiện ra, khi tranh cãi khởi dậy.

864
(Câu hỏi)
Từ đâu khởi dậy những gì được ưa thích, trân quý
Từ đâu tâm tham khởi dậy và lan xa trên thế giới
Từ đâu khởi dậy những hy vọng và mục tiêu
mà người ta có, từ đó dẫn tới tương lai [kiếp sau của họ].

865
(Đức Phật)
Tham là duyên dẫn tới các thứ ưa thích, trân quý
Tham lan xa, vận hành khắp thế giới này
Tham ái khởi dậy những hy vọng và mục tiêu
mà người ta có, từ đó dẫn tới tương lai [kiếp sau của họ].

866
(Câu hỏi)
Trong cõi này, từ đâu duyên khởi ra lòng tham

ra các phán đoán [tức là, so đo lựa chọn vì tham]
ra giận dữ, ra lời nói dối, ra tâm ngờ vực bất định
và các tâm mà bậc Ẩn Sĩ đã nói tới?

867
(Đức Phật)
Tham khởi dậy từ các phán đoán so đo
'cái này quyến rũ [để ưa thích], hay là không' trong thế giới
Thấy các sắc tướng hiện ra [sinh] và biến mất [diệt],
họ khởi dậy phán đoán trong thế giới này.

868
Với giận dữ, lời nói dối, tâm ngờ vực bất định
và các pháp [tâm] như thế, cặp đôi so đo hiện ra.
Người ngờ vực nên rèn luyện trên đường học
vì từ nhận biết như thế, bậc Ẩn Sĩ đã nói ra các pháp như thế.

869
(Câu hỏi)
Từ đâu khởi dậy những gì quyến rũ và không quyến rũ?
Dứt bặt cái gì sẽ không khởi dậy các thứ ưa và không ưa đó?
Và cũng là những hiện tướng sinh và diệt
Xin nói rõ cho biết chúng khởi dậy từ đâu.

870
(Đức Phật)
Xúc là duyên khởi cho ưa và không ưa
Khi không có xúc, sẽ không khởi dậy ưa và không ưa

Tất cả các pháp hiện ra [sinh] và biến mất [diệt]
cũng đều có duyên khởi như thế.

871
(Câu hỏi)
Từ đâu trong thế giới này khởi dậy xúc
và từ đâu, tâm nắm giữ sở hữu khởi dậy?
Dứt bặt cái gì sẽ không khởi dậy "cái của tôi" đó?
Dứt bặt cái gì sẽ không khởi dậy "các xúc" đó?

872
(Đức Phật)
Các xúc dựa vào tâm, dựa vào sắc
Tham sẽ duyên cho nắm giữ (chấp thủ)
Khi không có tham, sẽ không có nắm giữ
Khi sắc biến mất, sẽ không khởi dậy xúc.

873
(Câu hỏi)
Với người tu, như thế nào để sắc tướng biến mất?
Làm sao để lạc và khổ biến mất?
Xin nói rõ về cách nào
để chúng biến mất?

874
(Đức Phật)
Sắc (sắc tướng, sắc thân) biến mất khi
không niệm các [khái] niệm

[mà cũng] không niệm vọng niệm
[mà cũng] không phải là vô niệm
[mà cũng] không niệm cái đã biến mất [tức, cái đã qua và chưa tới]
Sắc biến mất với người đạt được như vừa nói.
Vì tưởng là duyên cho các niệm phan duyên.
(Bài Kệ 874 dịch theo văn xuôi: Sắc biến mất khi chúng ta không khởi tưởng về các khái niệm, không khởi tưởng về các vọng niệm, cũng không phải không khởi tưởng, cũng không khởi tưởng về cái đã biến mất…)

875
(Câu hỏi)
Ngài đã giải thích những gì chúng tôi hỏi
Xin Ngài trả lời câu hỏi này nữa
Có phải các bậc trí nơi đây nói rằng vào lúc này
đó là sự thanh tịnh tối thắng của tinh thần
hay họ nói về những gì khác hơn đó?

876
(Đức Phật)
Các bậc trí nơi đây nói rằng vào lúc này
đó là sự thanh tịnh tối thắng của tinh thần
Nhưng một số bậc trí trong đó nói rằng
tối thắng thanh tịnh là khi dứt sạch những gì nắm giữ [vô sở trụ].

877
Biết rằng những pháp đó đều do duyên khởi
người trí sẽ khảo sát luật duyên khởi.
Ngộ xong, người giải thoát không tham dự tranh cãi
Người trí không còn dính gì nữa với hữu/vô, sinh/diệt.

Hết Kinh Sn 4.11

Sn 4.12 – CULAVIYUHA SUTTA
TIỂU KINH VỀ TRANH CÃI

Có phải có nhiều sự thật, khi các giáo thuyết dị biệt nhau, và các ẩn sĩ tranh cãi nhau? Đức Phật trả lời rằng Ngài không nói quan kiến này đúng, quan kiến kia sai. Ngài nói rằng chỉ có một sự thật thôi, hễ ai thấy là sẽ dứt bặt tranh cãi. Sự thật đó là Pháp. Sự thật đó xa lìa nhị biên, xa lìa đúng/sai, xa lìa ưa/ghét. Sự thật này không nằm trong những gì được thấy, được nghe, được suy nghĩ... cũng không ở trong giới luật và nghi lễ tôn giáo. Chỉ khi xa lìa mọi phán đoán, xa lìa mọi tranh cãi [dù với người, hay tự trong tâm mình], đó là giây phút của bình an, của thanh tịnh.

Giáo thuyết này hay giáo thuyết kia, dù khẳng định Có hay Không, dù khẳng định Đúng hay Sai, chỉ là những khẳng định niệm này và niệm kia. Không phải là Thực tướng các pháp. Xa lìa các niệm có/không, lành/dữ... chính là tịch lặng, là tiếp cận với Pháp, với Thực tướng.

Những gì được thấy, những gì được nghe, những gì được cảm thọ... chỉ là bức màn của niệm hiện lên trong tâm. Hãy lắng lặng để các pháp hiển lộ Như Thị, để cái được thấy chỉ là cái được thấy, để cái được nghe chỉ là cái được nghe... Lúc đó là thanh tịnh.

Lời dạy trong Kinh Sn 4.12 y hệt như Thiền Tông, qua các câu đầu trong Tín Tâm Minh của Tổ Tăng Xán, bản dịch Trúc Thiên:

Đạo lớn chẳng gì khó
cốt đừng chọn lựa thôi
quí hồ không thương ghét
thì tự nhiên sáng ngời

Sai lạc nửa đường tơ
đất trời liền phân cách
chớ nghĩ chuyện ngược xuôi
thì hiện liền trước mắt.

***Tóm lược ý kinh**: Hãy xa lìa tranh cãi, xa lìa phán đoán, xa lìa lựa chọn. Pháp [hay, Tánh các pháp] sẽ tự hiển lộ trước mắt, và đó là bình an, thanh tinh.*

Kinh này gồm các bài kệ từ 878 tới 894.

878

(Câu hỏi)

Mỗi người bám lấy kiến [quan điểm] riêng của họ
Họ tranh cãi thiện nghệ, khẳng định:
"Biết như thế này, mới hiểu được Pháp
Bác bỏ kiến này, là sẽ bất toàn."

879
Tranh cãi như thế, họ bất đồng và nói:
"Đối thủ của tôi kém cỏi, ngốc nghếch."
Vì tất cả họ đều thiện nghệ tranh cãi
Giữa các quan kiến đó, sự thật ở đâu?

880
(Đức Phật)
Nếu nói, ai không đồng ý giáo thuyết kẻ khác
là trở thành kẻ khờ, là bất toàn trí tuệ
thì tất cả đều khờ, đều bất toàn trí tuệ
vì tất cả đều bám quan kiến riêng của họ.

881
Nhưng nếu, tất cả họ đều tịnh hóa vì quan kiến đó
và nếu họ đều có thông minh, khéo léo, tuệ thanh tịnh
thì không ai trong họ có tuệ bất toàn
vì quan kiến của họ là toàn hảo.

882
Ta không nói đây là đúng, không nói đây là sự thật
như các kẻ khờ đang tranh cãi kia
Tất cả họ ra sức để nói quan kiến của họ là đúng
và xem đối thủ [tranh cãi] của họ là khờ.

883
(Câu hỏi)
Cái mà người này nói là đúng, là sự thật

người kia lại bảo là sai, là rỗng tuếch
Rồi họ cứ tranh cãi như thế
Tại sao các ẩn sĩ không dạy [cùng] một sự thật?

884
(Đức Phật)
Chỉ có một sự thật, không có cái thứ nhì đâu
Người hiểu được, sẽ không tranh cãi với ai nữa.
Bởi vì họ tuyên bố các sự thật khác của họ
nên họ không nói lên cùng một sự thật.

885
(Câu hỏi)
Tại sao các nhà tranh cãi thiện nghệ này
lại tuyên thuyết nhiều sự thật khác nhau?
Có phải có nhiều sự thật dị biệt nhau,
hay vì lý luận của họ dẫn ra kết luận như thế?

886
(Đức Phật)
Không hề có nhiều sự thật dị biệt đâu.
chỉ là các niệm tưởng sai biệt [trong tâm họ].
Khi biện luận cho quan kiến của họ
họ nói chỉ hai thứ nhị biên: 'đúng' và 'sai.'

887
Dựa vào những gì được thấy, được nghe, được suy nghĩ
dựa vào giới luật và nghi thức tôn giáo

họ coi thường những người khác.
Dựng lập trong giáo thuyết riêng, họ tự hài lòng
và nói, "Đối thủ của tôi là kẻ khờ, kém cỏi."

888
Họ tự xem là chuyên gia thiện nghệ
Vì họ gọi đối thủ của họ là kẻ khờ
Họ tự cho là người giỏi, coi thường kẻ khác
Nhưng kẻ khác cũng tự cho ngược lại.

889
Họ mài giũa trong kiến chấp sai lầm
tự cho toàn hảo, say sưa với ngã mạn
tự phong là bậc thầy, là đạo sư
tự chọ quan kiến của họ là toàn hảo.

890
Nếu có ai là bất toàn vì đối thủ nói như thế
thì đối thủ của họ cũng bất toàn tương tự.
Nhưng nếu họ trí tuệ, hiểu biết
thì không ai là kẻ khờ trong các giáo sĩ.

891
Thế rồi những người bám vào các dị kiến
say sưa biện luận và quy chụp nhau:
Hễ ai tuyên thuyết khác giáo thuyết này
đều là sai lạc, không phải đạo thanh tịnh.

892
Do vậy, họ nói: Chỉ đây là [đạo] thanh tịnh
không có sự thanh tịnh hóa trong các pháp khác.
Và họ kiên cố tự vây trong các dị kiến
tự khẳng định về các lối đi riêng của họ.

893
Khi khẳng định mạnh mẽ về lối đi riêng của họ
họ xem đối thủ nào nơi đây là kẻ khờ?
Họ sẽ chỉ mang tranh cãi vào chính họ
khi gọi đối thủ là kẻ khờ [sống] với giáo thuyết bất tịnh.

894
Tự vây trong giáo thuyết riêng của họ
tự lấy họ làm tiêu chuẩn để đo kẻ khác
họ gây thêm tranh cãi với thế giới.
Chỉ những ai đã rời bỏ mọi phán đoán
mới không gây tranh cãi xung đột trong thế giới này.

Hết Kinh Sn 4.12

Sn 4.13 – MAHAVIYUHA SUTTA
ĐẠI KINH VỀ TRANH CÃI

Người không dính mắc vào cái được thấy và nghe, sẽ không thấy có gì phải tranh cãi, vì tranh cãi là kiến chấp vào những cái được thấy và nghe. Người nào tin rằng phải giữ gìn, hay tin rằng không cần giữ gìn giới luật đạo đức thì sẽ thanh tịnh được tâm cũng sai, vì cũng luân hồi trong nhân quả. Người giải thoát là xa lìa cả ước muốn thanh tịnh và bất tịnh, không dính mắc gì vào cái được thấy và nghe, nên không còn thấy có thước đo để nói là cao thượng hơn, thấp kém hơn, hay ngang bằng. Không dính vào bất kỳ những gì được thấy, được nghe, được hay biết. Không lập kiến, không cả khởi tâm đúng/sai, ưa/ghét.

***Tóm lược ý kinh**: Giữ tâm vô sở trụ. Không thấy một pháp nào để nắm giữ.*

Kinh này gồm các bài kệ từ 895 tới 914.

895
(Câu hỏi)
Với những người cứ nắm giữ quan kiến riêng của họ
cãi mãi, "Chỉ thế này mới đúng!"
tất cả họ đáng bị chỉ trích
hay vài người trong họ còn đáng khen?

896
(Đức Phật)
Lời khen là chuyện nhỏ, không đủ để bình an.
Ta nói có hai kết quả của tranh cãi
Thấy thế, không nên tranh cãi làm gì
Thấy rằng an toàn là nơi không tranh cãi.

897
Với các ý kiến người ta thường giữ
người trí không nên dính vào ý nào trong đó.
Với người không dính mắc vào cái được thấy và nghe
sao lại phải dính mắc vào [các ý tranh cãi]?

898
Những người xem đạo đức mới là tối thắng
nói rằng thanh tịnh tới từ tự kềm chế
họ phát nguyện và giữ chặt vào
nghĩ rằng chỉ rèn luyện như thế mới là thanh tịnh
tự cho là tài giỏi, thực ra họ sẽ tái sinh luân hồi.

899
Nếu rơi ngã khỏi việc giữ đạo đức và lời nguyện tu tập
họ lo sợ, họ run rẩy vì không giữ như thế.
Họ hy vọng, thèm muốn thanh tịnh như kẻ lữ hành
lạc ra khỏi đoàn lữ hành đang tìm về nhà.

900
Nhưng ai đã buông tất cả giới luật và lời nguyện giữ
buông cả hành vi có thể bị quy lỗi và không bị quy lỗi
buông cả ước muốn hướng về thanh tịnh hay bất tịnh
sẽ sống không còn dính mắc, dù là [dính mắc vào] bình an.

901
Hễ nương dựa vào tu tập khổ hạnh
hay dựa vào những gì được thấy, nghe, suy nghĩ
hay buông lung rồi tự tuyên bố thanh tịnh
là còn tham tái sinh, và còn tham không tái sinh.

902
Người nào tìm kiếm là còn ước muốn
và còn lo sợ về những việc họ phải tu tập
Nhưng với người đã xa lìa chết, xa lìa tái sinh
sẽ không còn lo sợ gì, không còn tham muốn gì.

903
(Câu hỏi)
Giáo thuyết mà người này nói là tối thắng
người khác bảo là thấp kém

thì đâu là sự thật
khi họ đều tự nhận là chuyên gia?

904
(Đức Phật)
Họ nói giáo thuyết của họ hoàn mỹ
và nói giáo thuyết người khác là kém
cứ vậy, họ tranh cãi nhau.
Ai cũng nói ý riêng họ là đúng.

905
Nếu vì người kia chê, mà cái này là kém
thì không thuyết nào là tốt nhất
Vì lẽ thường, họ phải bênh thuyết của họ
trong khi chỉ trích giáo thuyết khác.

906
Sự thực là, tự biện hộ cho giáo thuyết của họ
chỉ là tự ca ngợi chính họ thôi.
Nếu giáo thuyết nào cũng đúng
thì họ đều thanh tịnh cả rồi.

907
Bậc Phạm hạnh không bước theo ai hết
với trí tuệ, không nắm giữ giáo thuyết nào
Do vậy, họ vượt xa khỏi các tranh cãi
Và vì không xem giáo thuyết nào là tối thắng.

908
Suy nghĩ rằng, “Tôi biết, tôi thấy, nó là thế này!”
một số người tin là thanh tịnh tới từ kiến (view).
Ngay cả nếu nhìn thấy, thì lợi ích nào cho họ?
Đi xa hơn, họ nói thanh tịnh là do phương tiện khác.

909
Khi nhìn, người ta chỉ thấy tâm và thân (danh, sắc)
Họ chỉ có thể thấy thế thôi
Chò dù họ thấy có nhiều hơn hay ít hơn
người trí nói thanh tịnh cũng không tới cách đó.

910
Còn người nói toàn giáo điều
đã bám vào kiến, không dễ huấn luyện họ đâu.
Họ tự cho chỉ có trong cái họ dựa vào
là đẹp, là thanh tịnh, là nơi họ chỉ thấy như thế là thực.

911
Bậc phạm hạnh không dựng chuyện, không chạy theo kiến,
cũng không tự buộc vào kiến thức [cái đã biết trong quá khứ].
Trong khi nhận biết các ý kiến đời thường
họ vẫn tịch lặng, trong khi kẻ khác nắm giữ [các kiến].

912
Người trí xa lìa mọi ràng buộc với thế giới này
Khi tranh cãi khởi dậy, họ không về phía nào
Giữa những người dao động, người trí vẫn tịch lặng

Giữa những người nắm giữ các kiến, người trí không nắm giữ gì.

913
Rời bỏ nghiệp cũ, không tạo nghiệp mới
không theo tham dục, không dựng giáo thuyết
lìa các kiến thủ, không dính mắc với thế giới này
người trí tuệ cũng không tự thấy có lỗi gì.

914
Bậc trí không thù nghịch với bất cứ
những gì được thấy, được nghe, được hay biết.
cũng không khởi ý kiến, cũng không ghét với ưa.
Bậc trí đã buông bỏ gánh nặng xuống.

Hết Kinh Sn 4.13

Sn 4.14 – TUVATAKA SUTTA
KINH LỐI ĐI NHANH CHÓNG

Pháp tu nào nhanh chóng để giải thoát?

Kinh này cho thấy pháp tham thoại đầu của Thiền Tông Trung Hoa có lẽ khởi nguồn từ đây, vì các bài kệ 916 tới 919 cho thấy y hệt như lời Hư Vân Hòa Thượng dạy cách tham câu "Niệm Phật là ai?" Pháp tham thoại đầu theo ngài Hư Vân là, học nhân khởi lên một câu niệm Phật, rồi nhìn vào tâm mình, luôn luôn tỉnh thức, xem gốc rễ ai vừa mới niệm Phật đó, tới một lúc thấu suốt gốc rễ niệm khởi đó là vốn thực không có gì gọi là ngã (tức là: thực tướng vô tướng).

Kinh Sn 4.14 dạy phải gỡ bỏ ý niệm "Tôi là người suy nghĩ." Nghĩa là, luôn luôn tỉnh thức nhìn thấy không hề có ai đang suy nghĩ (chỉ có cái được thấy, chỉ có cái được nghe, chỉ có cái được suy nghĩ – nhưng không hề có ai đang suy nghĩ tư lường).

Tóm tắt cách tham thoại đầu (theo Thiền Tông) qua lời Đức Phật dạy ở kinh Sn 4.14 là:

Nhìn kỹ và xóa tận gốc rễ ý niệm "Tôi là người suy nghĩ." Luôn luôn tỉnh thức gỡ bỏ bất cứ tham nào có thể có trong đó.

Bản dịch Khantipalo Mills (thơ trong bài kệ 916 viết theo dạng văn xuôi):

Buddha: One should completely extract the root of proliferation and reckoning—the notion, "I am the thinker". One should train to dispel whatever craving there is inside, ever mindful.

Bản dịch Fronsdal:

Let them completely destroy the root of conceptual differentiation, that is, [the idea] 'I am the thinker.' Ever mindful, they train to subdue their cravings.

Bản dịch Thanissaro:

He should put an entire stop to the root of objectification-classifications: 'I am the thinker.' He should train, always mindful, to subdue any craving inside him.

Bản dịch Bodhi:

By reflection, he should stop [the conceit] 'I am,' the entire root of concepts due to proliferation," [the Blessed One said]. "Whatever cravings there may be internally, he should always train mindfully for their removal."

Bản dịch Varado:

A sage should put a complete end to the root of mental obsession: The notion 'I am'. Ever attentive, he should train himself To abolish whatever wishes he finds within.

Một điểm cho thấy chữ *Thấy Tánh* trong Thiền Tông có gốc rễ từ lời Đức Phật dạy trong nhiều kinh ở Kinh Tập, cụ thể như ở Kinh Sn 4.14 và Kinh Sn 4.15 là, *Thấy Pháp* – các bản Anh dịch là: *saw the Dhamma* (dịch như Bodhi), *Eyewitness to the Dharma* (dịch như Fronsdal), *witnessed the Dhamma* (dịch như Thanissaro), *Seeing the Dhamma with his own eyes* (dịch như Khantipalo), *realised Truth through his own insight* (dịch như Varado).

Một số điểm tương tự khác, độc giả có thể đối chiếu Thiền Tông với nhiều lời dạy trong Kinh Tập Phẩm Tám, thí dụ, không dựa vào văn tự, giới cấm và nghi lễ tôn giáo.

Trong Kinh Sn 4.14, Đức Phật dạy pháp tu nhanh chóng, nói rằng phải tịch lặng trong tâm (thiền định, nhưng không nói cụ thể về tứ thiền), nói rằng phải tỉnh thức để thấy không hề có "cái tôi đang suy nghĩ" (tỉnh thức thấy vô ngã, nhưng không nói cụ thể về tứ niệm xứ). Kinh này cũng cho thấy Đức Phật nói lên nhu cầu quân bình của chỉ (tịch lặng) và quán (tỉnh thức).

Phải gỡ bỏ tham ái. Chớ nghĩ là có cái ngã nào để mình nói là giỏi hơn, kém hơn, hay ngang bằng người khác. Khi tâm tịch lặng, sẽ thấy không có gì để nắm giữ, cũng không có gì để xa lìa. Hãy cư trú nơi vắng lặng, để chỉ ngồi thiền và nằm ngủ. Hãy xa lìa dục lạc. Không đoán mộng, giải điềm, mua bán... Không kiêu căng, không tranh cãi, không nói lời tổn thương.

***Tóm lược ý kinh**: Hãy luôn tịch lặng, luôn tỉnh thức thấy vô ngã.*

Kinh này gồm các bài kệ từ 915 tới 934.

915

(Câu hỏi):

Tôi hỏi ngài, người Vầng Thái Dương, vị đại đạo sư
về việc ẩn tu và về trạng thái bình an.
Nhìn thấy gì để một tu sĩ đạt Niết Bàn

để không còn dính mắc gì tới thế giới này?

916
(Đức Phật):
Tu sĩ đó phải hủy tận gốc rễ của
những khái niệm suy nghĩ tư lường
khởi dậy từ ý "Tôi là người suy nghĩ."
Vị đó phải luôn luôn tỉnh thức gỡ bỏ bất cứ
những tham đắm nào có thể có trong tâm.

917
Với bất cứ những [nguyên lý] gì vị đó có thể biết
dù là trong hay ngoài [tâm], cũng
chớ nên chấp chặt vào đó vì
người trí nói rằng như thế là chưa tịch lặng.

918
Do vậy, ngươi chớ nên nghĩ rằng ngươi giỏi hơn,
kém hơn, hay ngang bằng [người khác]
Dù xúc khởi lên nhiều cách trong cõi này
chớ nên nghĩ là có cái ngã nào để so giỏi với dở.

919
Hoàn toàn tịch lặng tự trong tâm,
một tu sĩ không tìm bình an từ nơi khác.
Với người đã tịch lặng trong tâm, sẽ thấy
không có gì để nắm giữ, và không có gì để xa lìa.

920
Y hệt như giữa đại dương
tất cả là tịch lặng, không có gợn sóng
Tu sĩ cũng thế: tịch lặng, bất động
chớ hề bao giờ khởi lên chút kiêu hãnh.

921
(Câu hỏi)
Ngài là bậc đã mở tuệ nhãn, ngài là
Người Chứng Của Pháp, đã xóa bờ hiểm nguy
Xin ngài dạy cho tôi về pháp thực hành
về giới luật phải giữ, và về thiền tập.

922
(Đức Phật)
Chớ để mắt ngó linh tinh
chớ để tai nghe chuyện tầm phào
chớ khởi tâm thèm muốn ăn ngon
và chớ nghĩ về bất cứ gì trong thế giới là "của tôi."

923
Khi chạm xúc [gặp chuyện sầu muộn]
người tu chớ nên thấy gì để thở than
cũng chớ nên muốn cảnh tái sinh nào
cũng đừng run sợ trước cảnh kinh hoàng.

924
Người tu chớ nên lưu trữ những gì nhận được

dù là thức ăn, thức uống, trang phục
cũng chớ lo ngại
khi không nhận được gì.

925
Hãy thiền định, chớ đi lại nhiều
Hãy tinh tấn, chớ nuối tiếc gì
Tu sĩ hãy tìm cư trú nơi vắng lặng
để luân chuyển ngồi thiền và nằm ngủ.

926
Đừng nên ngủ nhiều
Hãy nồng nhiệt, chuyên tâm trong tỉnh thức
Chớ lười biếng, giả hình, cười cợt, cờ bạc
chớ tình dục, chớ hình thức cá nhân.

927
Môn đệ của ta sẽ không ếm bùa chú
không giải mộng, không chiêm tinh
không đoán lành dữ từ tiếng thú kêu
không làm phép chữa bệnh, hay trị vô sinh.

928
Vị tu sĩ không bứt rứt khi bị chê
không hể hả khi được khen
Phải lìa tâm tham, tâm keo kiệt
lìa tâm sân, không nói lời tổn thương.

929
Người tu sĩ không mua bán gì
không làm gì để bị chỉ trích
không la cà thân cận trong xóm cư dân
không nói lời chiêu dụ để kiếm chác.

930
Bậc tu sĩ sẽ không khoe khoang
không nói lời với ám chỉ xấu
không khởi chút nào tâm kiêu căng
không nói ra lời tranh cãi nào.

931
Không nói trả đũa dù lời sai trái
cũng không cố ý nói lời lừa dối ai.
Không xem thường bất kỳ ai vì dị biệt về
nếp sống, giới luật, hành trì, trí tuệ.

932
Ngay cả khi bị nhiều lời tấn công
lời chê bai từ giới ẩn sĩ hay đời thường
cũng đừng trả lời gay gắt bởi vì
người tịch lặng không thấy gì để trả đũa.

933
(Người hỏi đạo):
Hiểu được hoàn toàn nguyên tắc này
một tu sĩ sẽ luôn luôn giữ tâm tỉnh thức

biết rằng giải thoát là bình an tịch lặng
một tu sĩ sẽ không xa lời dạy của ngài Gotama.

934
Vì ngài là bậc tối thắng, là kẻ đã chiến thắng
ngài đã thấy Pháp tận mắt, không phải nghe đồn
người tu sĩ hãy luôn luôn tôn kính,
hãy nhiệt tâm tu theo lời dạy của Thế Tôn.

Hết Kinh Sn 4.14

Sn 4.15 – ATTADANDA SUTTA
KINH VỀ BẠO LỰC

Phải chuyên tâm trong tỉnh thức, xa lìa tham và sân. Cõi này là cõi dục, cho nên tâm tham là trận lụt, với ẩn tàng luôn luôn là sóng chuyển động. Buông xả hết Tất Cả (sáu nội xứ, sáu ngoại xứ) mới qua bờ an toàn được. Các bản Anh dịch dùng chữ người đã Biết (Know), người thấy Pháp (Dhamma, Dharma); khi đối chiếu với Thiền Tông, chúng ta có thể dùng chữ theo truyền thống Bắc Tông là người đã Ngộ, người thấy Tánh (hiểu là Y Tha Tánh Duyên Khởi) hay không? Đức Phật trong kinh này nói rằng ngài đã thấy mũi tên xuyên tâm, và khi rút mũi tên ra là sẽ qua bờ giải thoát.

Kinh Sn 4.15 nói nhiều lời dạy về tâm tịch lặng, về tâm bất động, về tâm không dao động. Đặc biệt, Kệ 949 nói rằng phải xa lìa cả ba thời quá khứ, hiện tại, vị lai (Hãy để lụi tàn những gì đã qua, hãy để mặc kệ những gì chưa tới, không dính mắc tới những gì hiện tại), như thế sẽ vào định, vào tịch tĩnh.

Trong Kinh Pháp Cú, Bài Kệ 348, sau khi nghe Đức Phật dạy

hãy buông bỏ quá khứ, hiện tại, vị lai, chàng Uggasena, một nghệ sĩ gánh xiếc tài năng, đang đứng trên đầu cột cao trình diễn cho Đức Phật và dân chúng xem, tức khắc đắc quả A-la-hán và được thần thông; chính ngay khi đó, trong đám đông đang xem xiếc giữa chợ, khi Đức Phật nói xong, tám vạn bốn ngàn người được pháp nhãn thanh tịnh (Theo Tích Truyện Pháp Cú, Kệ 348, do Thiền viện Viên Chiếu dịch).

Bản Anh dịch của Daw Mya Tin:

"Verse 348: Give up the past, give up the future, give up the present. Having reached the end of existences, with a mind freed from all (conditioned things), you will not again undergo birth and decay." (Kệ 348: Hãy buông bỏ quá khứ, tương lai, hiện tại. Tới nơi tận cùng các cõi sinh tồn, với tâm xa lìa tất cả (pháp hữu vi), ngươi sẽ không lần nữa rơi vào sinh và già.")

Cụ thể, chúng ta có thể thắc mắc: làm sao vào tịch lặng? Cụ thể, tu pháp định ra sao? Trả lời rằng, có nhiều pháp để vào định. Tại Hoa Kỳ, phổ biến khi tập định là: hoặc từ niệm hơi thở, hoặc từ niệm thọ (quét toàn thân), hoặc từ Thiền Tâm Từ, hoặc Mặc Chiếu (của Soto Zen).

Một phương pháp tập định dựa vào Kinh Lăng Nghiêm có thể thích nghi với nhiều người:

"Hoặc mở mắt lim dim hướng tới đầu chóp mũi, hoặc nhắm mắt nhẹ nhàng. Hít thở nhẹ nhàng. Không nghĩ ngợi chút gì. Sau nhiều hơi thở nhẹ nhàng, hãy bắt đầu lắng nghe, chỉ đơn giản lắng nghe cái khoảnh khắc đang trôi chảy. Không phải nghe âm thanh bên trong, không phải nghe âm thanh bên ngoài. Chỉ đơn giản lắng nghe, là lắng nghe. Có tiếng cũng mặc, không tiếng cũng mặc. Chỉ lắng nghe, không phải nghe bằng hai tai, mà là như dường nghe bằng toàn thân. Sẽ cảm

thọ được sự an lạc, hạnh phúc trên toàn thân. Chỉ nghe là nghe. Lặng lẽ, tỉnh giác, lắng nghe, không để chệch một khoảnh khắc nào.”

***Tóm lược ý kinh**:*
Kinh này gồm các bài kệ từ 935 tới 954.

935
Sợ hãi sinh khởi từ bạo lực:
Hãy nhìn xem người ta xô xát, tranh cãi
Ta sẽ kể cho ngươi về một thời
ta đã từng rơi vào bất an, lay động

936
Nhìn thấy người ta giãy giụa
như cá trong vũng nước cạn
nhìn thấy họ tấn công lẫn nhau
ta thấy sợ hãi khởi lên trong tâm.

937
Nhìn thấy thế giới này rỗng rang
lay động, chuyển biến khắp chỗ
một thời ta muốn tìm nơi an cư
nhưng mọi chỗ đều bất an [với già, chết].

938
Ta nhìn thấy mọi chỗ không vui
nơi nơi người người đều xô xát

Rồi ta thấy mũi tên nơi đây
rất khó thấy, mũi tên ghim vào tim.

939
Vì bị mũi tên này xuyên tim
người ta chạy lạc khắp mọi hướng
nhưng khi rút được mũi tên ra
người ta không chạy nữa, không chìm nữa.

940
Nơi đây, pháp tu được tụng đọc như sau:
Đừng chạy theo bất cứ
ràng buộc nào trong thế giới này.
Trước giờ đã đắm chìm trong ái dục
bây giờ hãy tu học để đạt Niết Bàn.

941
Sống chân thực. Không kiêu căng, lừa dối.
Không giả hình, không nói lời kích bác.
Không sân hận, không tham muốn gì
Bậc trí tuệ sẽ vượt thắng như thế.

942
Đừng lười biếng, ham ngủ, lừ đừ
Luôn luôn tinh tấn, chuyên tâm
Chớ kiêu căng, ngã mạn
Giữ tâm như thế mới hướng về Niết Bàn.

943
Chớ để bị lôi kéo vào lời sai trái
chớ ưa thích ngoại hình sắc tướng
Hãy hiểu tận tường ngã chấp
Xa lìa tranh cãi, xô xát, bạo lực.

944
Chớ tìm ưa thích những gì đã qua
cũng chớ thích ưa những gì mới tới
Chớ buồn phiền về những gì đã mất
cũng chớ dính mắc những gì quyến rũ.

945
Tâm tham, ta gọi là trận lụt lớn
trong đó, sắc dục là sóng triều cao
tàng ẩn trong thức là sóng chuyển động
ái dục thật khó vượt qua.

946
Bậc trí đứng trên bờ đất cao
tịch lặng, không bước rời sự thật
Khi đã buông xả hết Tất Cả
người đó được gọi là bình an.

947
Người trí tuệ khi đã biết xong
sẽ thấy Pháp, sẽ không nương dựa gì nữa
sẽ dạo chơi tuyệt vời trong thế giới này

sẽ không còn muốn bất cứ gì nơi đây.

948
Người vượt qua ham muốn ái dục là
đã cắt bỏ trói buộc khó gỡ ở cõi này
đã bứt dây trói, đã cắt dòng chảy xong
không còn sầu khổ hay mong đợi gì nữa.

949
Hãy để lụi tàn những gì đã qua
hãy để mặc kệ những gì chưa tới
không dính mắc tới những gì hiện tại
ngươi sẽ sống trong an tĩnh hòa bình.

950
Không chút nào thấy "cái của tôi" trong
mọi thứ 'tâm và thân' hay 'danh và sắc'
không sầu muộn vì những gì không hiện hữu
sẽ không thấy gì để mất trong cõi này.

951
Với người không hề thấy "này là cái của tôi"
cũng không hề thấy "kia là cái của người khác"
cũng không hề thấy bất cứ gì là "cái của tôi"
cũng sẽ không sầu khổ suy nghĩ "tôi không có gì hết."

952
Khi được hỏi về người bất động tâm

ta gọi đó là điều tốt đẹp vì
người đó tâm bình lặng ở mọi nơi:
không tham, không cay đắng, không xung động.

953
Với người đã biết, người không còn dao động
sẽ không còn cất chứa nghiệp lực nữa.
Xa lìa mọi hành nghiệp,
người đó thấy nơi nào cũng an lành.

954
Người trí tuệ không còn nói rằng họ
cao hơn, kém hơn, hay bằng người khác.
Tịch lặng, không còn chút tham nào
người này không nhận cũng không bỏ.

Hết Kinh Sn 4.15

Sn 4.16 – SARIPUTTA SUTTA
KINH VỀ SARIPUTTA

Trong khi các kinh khác nói rằng chớ dựa vào giới luật và nghi lễ tôn giáo (vì thuần túy giữ giới và nghi lễ có khi lại là kiến chấp ngăn che, vì cho là có pháp giải thoát ngoài tâm, lại tăng ngã chấp), Kinh Sn 4.16 nói cụ thể về những việc làm hàng ngày của một vị tu sĩ. Có lẽ Kinh này là khởi đầu của các bộ thanh quy về sau. Đọc kinh này có thể đoán được rằng ban đầu chỉ có những lời dạy căn bản của Đức Phật, lúc đó chưa có giới luật chi tiết như các bộ Tỳ Ni về sau.

Đức Phật dạy trong Kinh này rằng người tu sĩ sống cô tịch chớ nên sợ các loài thú hay sợ sự tiếp cận với người khác, phải rải tâm từ tới các loài, chớ trộm, chớ nói dối, chớ bận tâm chuyện người trong làng xóm nói, chỉ nói lời nhu hòa, hoan hỷ khi bị bạn khiển trách, luôn luôn tỉnh thức và tịch lặng, gỡ bỏ tâm quyến luyến bụi trần (sắc, thanh, hương, vị, xúc, pháp – tức là cái được thấy, được nghe, được ngửi, được nếm, được chạm xúc, được tư lường), khảo sát Pháp (xin xem lại Kinh Sn 4.11), với tâm chuyên nhất định tĩnh, sẽ phá hủy bóng tối (tức, giải thoát).

***Tóm lược ý kinh**: Giữ giới cho nghiêm. Tỉnh thức rời dính mắc từ sắc thanh hương vị xúc pháp. Tỉnh thức khảo sát Pháp, sẽ tới lúc giải thoát.*

Kinh này gồm các bài kệ từ 955 tới 975.

955

Xá Lợi Phất:
Con chưa từng thấy, chưa từng nghe
vị thầy nào trước giờ
có lời hòa ái như thế, từ trời Tusita
tới hướng dẫn một giáo đoàn.

956

Người Mắt Sáng xuất hiện
trong thế giới này cùng với chư thiên.
Người đã xóa tất cả bóng tối
đã đạt an lạc tự bản thân ngài.

957

Đối trước Đức Phật, bậc Như Thị
người không dính mắc, không hư dối,
người tới với nhiều môn đệ
con xin hỏi vì những người còn ràng buộc nơi đây.

958

Đối với một nhà sư đã lìa thế tục
thường tìm một nơi ngồi cô tịch

dưới gốc cây, nơi góc nghĩa trang
hay trong các hang núi.

959
Cư ngụ ở những nơi cao hay thấp
Những nơi hoang vắng, lặng lẽ
có bao nhiêu kinh hoàng nơi đó
mà một vị sư không nên run sợ?

960
Có bao nhiêu là trở ngại nơi đó
để một vị sư vượt thắng
trong khi cư ngụ ở những nơi vắng
cả những nơi chưa từng bước tới.

961
Với các vị sư cô tịch đó,
cách nói chuyện nên thế nào
sinh hoạt nên thế nào
giới luật và nghi lễ tôn giáo nên thế nào?

962
Các tu sĩ nên hành trì như thế nào
khi sống cô tịch, trí tuệ, tỉnh thức
để xóa sạch tất cả những bất tịnh
như thợ bạc xóa sạch bụi ở trang sức bạc.

963

Đức Phật:
Ta sẽ nói cho ngươi, Xá Lợi Phất, ngươi đã biết [Pháp]
về những gì thoải mái với người đã ly dục
người thường tới nơi cô tịch
người ước muốn Giác Ngộ theo Chánh Pháp.

964
Vị sư tỉnh thức, trí tuệ, sống cô tịch
không nên có năm nỗi sợ:
ruồi nhặng, muỗi mòng, rắn
gặp gỡ người khác, loài thú 4 chân.

965
Cũng chớ nên sợ tín đồ giáo pháp khác
kể cả khi người dị giáo kia làm điều kinh sợ
Thêm nữa, người đi tìm thiện lành
Nên vượt qua tất cả các hiểm nguy khác.

966
Kham nhẫn cả khi bệnh, đói và khát
chịu đựng cả khi trời trở lạnh, cực nóng
người tu sĩ không nhà chớ dao động
hãy tinh tấn, ra sức tu học.

967
Chớ nên trộm cắp, chớ nên nói dối
Rải tâm từ tới cả người yếu và người mạnh
Khi nào thấy chợt khởi niệm dao động

hãy tự rầy, thôi đi, vì [niệm] đó là từ phía Bóng Tối.

968

Chớ có bao giờ giận dữ và kiêu hãnh
hãy nghiêm ngặt nhổ bật gốc rễ chúng
Hoàn toàn xa lìa, không dính mắc
dù là những gì khả ái hay không khả ái.

969

Nêu cao trí tuệ, vui trong thanh tịnh
gỡ bỏ các trở ngại,
sống biết đủ tại nơi hoang vắng
vượt thắng bốn lý cớ than thở:

970

Tôi sẽ ăn những gì? Tôi sẽ ăn nơi nào?
Tôi ngủ đêm qua nhọc nhằn quá! Tôi ngủ đêm nay nơi nào?
Một du tăng không nhà
hãy gỡ bỏ các niệm than thở đó.

971

Khi nhận thức ăn và y phục đúng thời
hãy biết thế nào là vừa đủ
hãy canh giữ như thế, hãy tự chế khi vào làng
cho dù khi bị kích bác, cũng không mở lời nặng nề.

972

Với mắt nhìn xuống, chân đi cẩn trọng

giữ tâm trong định, luôn luôn tỉnh thức
hướng nội chú tâm, tịch lặng an bình
xa lìa nuối tiếc, cắt đứt ngờ vực.

973
Tỉnh thức, vui vẻ khi bị lời khiển trách
chớ bực dọc đối với người đồng tu
hãy nói lời an hòa đúng thời, nhưng kiệm lời
chớ bận tâm chuyện người thế gian bàn tới.

974
Thêm nữa, hãy tu với tâm tỉnh thức
để gỡ bỏ 5 thứ bụi trần gian:
hàng phục tâm say đắm đối với những gì
được thấy, nghe, ngửi, nếm, chạm xúc.

975
Vị tu sĩ, tỉnh thức với tâm giải thoát
sẽ gỡ bỏ những tham đắm các thứ bụi đó
Trong khi khảo sát Pháp, rồi sẽ tới lúc
với tâm chuyên nhất, vị này sẽ phá hủy Bóng Tối.

Đức Phật dạy như trên.

Hết Kinh Sn 4.16

HẾT PHẨM TÁM

KINH TẬP
PHẨM QUA BỜ BÊN KIA

KINH TẬP -- PHẨM QUA BỜ BÊN KIA

Phẩm Qua Bờ Bên Kia gồm 16 kinh, mỗi kinh ghi lại những lời đối thoại của 16 giáo sĩ Bà La Môn với Đức Phật. Nhóm 16 vị này là học trò của đạo sĩ Bavari. Sau các câu đối thoại, 15 vị đầu tiên tức khắc vào thánh vị A La Hán. Các bộ chú giải đời sau nói dị biệt về giáo sĩ thứ 16. Vị này tên Pingiya. Có chú giải nói rằng ngài Pingiya sau khi đối thoại với Đức Phật (Kinh Sn 5.16) vào thánh vị Sơ Quả (Nhập Lưu), có chú giải khác nói rằng ngài Pingiya đắc thánh vị Tam Quả (Bất Lai).

Phẩm Qua Bờ Bên Kia thuộc nhóm các kinh trong sơ kỳ Đức Phật hoằng pháp, với các bài kệ được dạy lại trong nhiều kinh khác. Theo Thanissaro Bhikkhu, các nhà nghiên cứu dò ra một số bài kệ trong Phẩm này được tụng lại và khảo sát trong ít nhất 5 bản kinh trong Tương Ưng Bộ Kinh, 4 bản kinh trong Tăng Chi Bộ Kinh, trong khi Kinh AN 7.53 ghi rằng nữ cư sĩ Velukantaki (mẹ của ngài Nanda) dùng Phẩm này làm kinh nhật tụng.

Có một số chứng cứ cho thấy Phần Giới Thiệu (từ bài kệ 976 tới 1031) đặt trước nhóm 16 kinh, và Phần Kết (từ kệ 1124 tới 1149) là do đời sau soạn ra để hiểu toàn cảnh Phẩm Qua Bờ Bên Kia. Trong khi một số học giả (trong đó có Thanissaro Bhikkhu) khi dịch nhóm 16 kinh này ra tiếng Anh đã không dịch hai phần này, phần đông các dịch giả vẫn dịch toàn văn. Bản tiếng Việt của ngài Thích Minh Châu đã dịch toàn văn. Nơi đây, cũng sẽ dịch toàn văn, dựa vào nhiều bản Anh dịch, với tham khảo bản tiếng Việt nêu trên, để các nhà nghiên cứu tiện dụng. Tuy nhiên, với người chỉ chú trọng về pháp hành, có thể sẽ thấy không cần đọc Phần Giới Thiệu và Phần Kết.

Ký số kinh có dị biệt. Bản của ngài Bhikkhu Anandajoti ghi Phần Giới Thiệu là Kinh Snp 5.1 và do vậy Kinh Snp 5.2 là các bài kệ đối thoại giữa Ajita và Đức Phật. Bản của ngài Thanissaro vào thẳng, ghi ký số Kinh Snp 5.1 là các bài kệ đối thoại giữa Ajita và Đức Phật. Nơi đây, ký số kinh sẽ ghi theo Thanissaro; ký số các bài kệ ghi theo quý ngài Bodhi và Thích Minh Châu.

PHẨM QUA BỜ BÊN KIA
CÁC BÀI KỆ GIỚI THIỆU

Khởi đầu là một người Bà La Môn muốn "không tài sản gì hết" – dịch theo sát nghĩa, như ngài Anandajoti, dịch là "to have no posessions," nghĩa là một ẩn sĩ hay du sĩ, không tài sản. Nhưng ngài Bodhi dịch là vị này muốn tìm trạng thái thiền định "vô sở hữu xứ," dịch là "the state of nothingness." Cả hai cách dịch đều đúng, tuy nghĩa chệch nhau. Nhưng đều không quan trọng, vì Phần Giới Thiệu là do đời sau ghép vào. Phần này kể rằng người Bà La Môn Bavari thông thạo các bộ Vệ Đà, bản thân có 16 môn đệ giỏi, và mỗi môn đệ có trường dạy với các môn đệ riêng. Bavari bị một dị nhân tới làm bùa chú, trù ếm là Bavari sẽ bị chẻ đầu làm bảy mảnh vì không có để cúng ông này 500 tiền vàng. Bavari sầu khổ, được một vị thiên tới chỉ dẫn, rằng hãy tìm Đức Phật để cứu. Bavari nhờ 16 môn đệ tìm Đức Phật.

***Tóm lược ý kinh**: Nói về cơ duyên có Phẩm Qua Bờ Bên Kia, khi 16 người Ba La Môn hỏi và được Đức Phật dạy Pháp.*

Phần này gồm các bài kệ từ 976 tới 1031.

[Người kể]
976. Một vị Bà La Môn giỏi các kinh điển Vệ Đà, ước muốn sống đời vô sở hữu, đi từ thành phố tuyệt vời của người dân Kosalan, để tới miền đất phía Nam,

977. Tại thị trấn Assaka, gần biên giới Alaka, vị này tới bên bờ sông Godhavari, sống bằng trái cây và đồ lượm nhặt.

978. Gần đó là một ngôi làng lớn, với những lợi tức thu góp từ làng này, vị này tổ chức một lễ tế lớn.

979. Khi lễ tế xong, vị này về lại nơi lều ẩn dật, thì một vị Bà La Môn khác tìm tới.

980. Vị đó đang khát, hai bàn chân đau đớn, răng cáu bẩn, bụi đầy đầu – tới gần vị Bà La Môn đầu tiên, vị này xin 500 đồng tiền.

981. Bavari (vị đầu tiên) mời vị kia ngồi, hỏi thăm về tình trạng an lạc và sức khỏe, rồi nói:

982. [Bavari] Tất cả những gì tôi được trao tặng, tôi đều bố thí cả rồi. Thưa ngài Bà La Môn, xin lỗi, tôi không có 500 đồng tiền.

983. [Bà La Môn] "Nếu ông không cho tôi điều tôi xin, thì trong vòng 7 ngày, nguyện cho đầu của ông sẽ chẻ ra làm 7

mảnh!"

[Người kể]
984. Sau khi làm màn chú thuật, vị kia đưa ra lời phù phép dữ. Nghe xong, Bavari trở nên sầu khổ.

985. Không ăn gì, vị này khô héo, với mũi tên sầu khổ ghim vào, không còn thấy vui với thiền định nữa.

986. Thấy Bavari tội nghiệp và kinh hãi, một vị thiên muốn giúp, nên tới gần và nói:

987. [Vị thiên] Kẻ kia không biết gì về đầu, y chỉ muốn tài sản. Y không biết gì về đầu hay về chẻ đầu.

988. [Bavari] Nhưng bây giờ ngài biết. Xin giải thích cho tôi về đầu và về chẻ đầu; tôi muốn lắng nghe lời ngài.

989. [Vị thiên] Tôi cũng không biết về chuyện này. Chuyện về đầu và về chẻ đầu. Chỉ có Bậc Chiến Thắng đã thấy.

990. [Bavari] Vậy thì, ai trên mặt đất này biết về đầu và về chẻ đầu? Vị thiên ơi, xin nói với tôi.

991. [Vị thiên] Từ thành Kapilavatthu, đã có vị Thế Tôn, thuộc dòng vua Okkaka, một người con trai tộc họ Sakyan, người mang ánh sáng tới. Vị này là bậc Chánh Đẳng Giác (Sambuddha), toàn hảo trong mọi pháp.

992. Vị này thành tựu tất cả kiến thức và sức mạnh, đã Nhìn Thấy mọi pháp, đã tới tận cùng mọi việc, và rồi kết thúc tất cả dính mắc để giải thoát.

993. Vị này là Đức Phật trong thế giới này, Bậc Giác Ngộ, Nhìn Thấu Suốt, đang dạy Pháp. Ông tới hỏi ngài, sẽ được ngài giải thích.

994. [Người kể] Nghe chữ "Bậc Giác Ngộ," Bavari vui mừng, nỗi sầu khổ giảm nhiều.

995. [Bavari] Bấy giờ, Bavari hỏi vị thiên: Thế Tôn đang ở làng nào, thị trấn nào, quốc độ nào. Nơi đâu tôi có thể tới để tôn kính ngài, Bậc Toàn Giác đó?

996. [Vị thiên] Bậc Chiến Thắng đang ở thành Savatthi, quốc độ Kosala; ngài đã thành tựu trí tuệ tuyệt vời, là bậc toàn giác. Vị con dòng Sakya đó, là bậc tối thắng, xa lìa mọi lậu hoặc, là người hiểu được chuyện chẻ đầu ra.

997. [Người kể] Rồi vị Bà La Môn nói với các môn đệ giải về Kinh Vệ Đà. [Bavari] Tới đây, hỡi các Bà La Môn trẻ, nghe lời ta nói đây.

998. [Bavari] Bậc Toàn Giác rất hiếm gặp nơi thế giới này đã tới. Hãy nhanh chóng tới thành Savatthi để gặp Người Tối Thắng này.

999. [Các môn đệ] Kính thưa Ngài Bà La Môn, làm sao

chúng con biết vị đó là Đức Phật Toàn Giác? Thầy hãy chỉ chúng con cách làm sao để biết đó là vị Thế Tôn?

1000. [Bavari] Trong các bộ Vệ Đà truyền lại cho chúng ta có ghi về 32 tướng tốt của bậc Thượng Nhân.

1001. Hễ có ở tay chân 32 tướng tốt của bậc Thượng Nhân, vị đó sẽ chỉ có hai nơi định sẵn, không có trường hợp thứ ba.

1002. Nếu sống đời tại gia, vị này sẽ chiến thắng địa cầu này, không dùng gậy hay gươm, vị này cai trị theo Chánh pháp.

1003. Nếu xuất gia, vị này sẽ là bậc Gỡ Bỏ Vô Minh, là bậc Thế Tôn, là Đức Phật Chánh Đẳng Giác, vô thượng.

1004. Với tâm quý vị, hãy hỏi vị đó về sự sanh của ta, vê gia đình và về đặc tướng, về các bài kệ chú của ta, và về các môn đệ và vân vân, về đầu và về chẻ đầu tan vỡ.

1005. Nếu vị đó là một vị Phật, người nhìn suốt không ngăn ngại, vị Phật đó sẽ lên tiếng trả lời những câu hỏi trong tâm quý vị.

1006. [Người kể] Sau khi nghe Bavari nói, nhóm 16 môn đệ Bà La Môn: Ajita, Tissa Metteyya, Punnaka, cũng như Mettagu,

1007. Dhotaka, và Upasiva, Nanda, và Hemaka, hai vị Todeyya và Kappa, và người trí tuệ Jatukanni,

1008. Bhadravudha và Udaya, và Posala, người thông minh Mogharaja, và nhà đại ẩn sĩ Pingiya,

1009. Mỗi người đều lãnh đạo một nhóm tu học riêng, nổi tiếng khắp thế giới này, những thiền gia vui trong thiền định, đều là bậc trí tuệ, với nghiệp lành từ quá khứ.

1010. Họ đảnh lễ và đi vòng quanh Bavari, họ bện tóc và mặc áo da nai, cùng đi về hướng Bắc:

1011. Trước tiên là đi từ Mulaka tới Patitthana, rồi tới Mahissati, tới Ujjeni, và Gonaddha, tới Vedisa, và tới nơi có tên là Vanasa.

1012. Rồi tới Kosambi, và Saketa, và tới thành phố tối thắng Savatthi, tới Setabya, và Kapilavatthu, và tới thành phố Kusinārā,

1013. Rồi tới Pava, tới Bhoganagara, tới Vesāli, và tới thành phố Rajagaha của người Magadhan, và tới đền Pasanaka, nơi tuyệt đẹp, lôi cuốn.

1014. Y hệt như một người khát đối với nước mát, hay như thương nhân nghĩ tới lợi lớn, hay như người cháy bỏng vì nắng hướng về bóng mát, người đó mau chóng leo lên núi.

1015. Nay là lúc Đấng Thế Tôn ngồi trước tăng đoàn, đang giảng pháp cho các tỳ khưu, như tiếng gầm sư tử trong rừng.

1016. Ajita nhìn thấy Đức Phật, hào quang như mặt trời sáng rực, như mặt trăng trong đêm rằm.

1017. và sau khi nhìn thấy các đặc tướng đầy đủ nơi tay chân của Đức Phật, Ajita vui mừng đứng bên, và hỏi thầm trong tâm:

1018. [Ajita] "Xin hãy nói về tuổi thầy tôi, về gia tộc và về đặc tướng, nói về thầy tôi đã học thành tựu các bộ Vệ Đà thế nào, và thầy tôi đã dạy ra bao nhiêu vị Bà La Môn?"

1019. [Đức Phật] Tuổi vị đó là 120 tuổi, thuộc gia tộc Bavari, có ba đặc tướng nơi tay chân, đã thành thạo ba bộ Vệ Đà.

1020. Ba bộ Vệ Đà về đặc tướng và truyền thống, về tự vựng và về nghi lễ. Thầy của ông dạy 500 môn đệ, trong pháp tuyệt hảo của riêng vị đó.

1021. [Ajita] Ô hỡi bậc Tối Thượng trong cõi người, hãy kể về đặc tướng cơ thể của Bavari. Ô bậc đã cắt bỏ tham dục, xin ngài nói rõ, để chúng con không ngờ vực nữa.

1022. [Đức Phật] Lưỡi của y có thể che cả khuôn mặt, có một nhúm lông giữa hai mi mắt, có da bọc âm tàng. Hãy biết thế, hỡi chàng trai này.

1023. [Người kể] Không nghe câu hỏi nào (nói lên), trong khi nghe các câu hỏi được (Đức Phật) trả lời, tất cả mọi người đều vui mừng kinh ngạc, chắp tay, suy nghĩ:

1024. Vị thiên nào – một vị thiên, hay một Phạm Thiên, hay Đế Thích, hay Sujampati – ai đã hỏi các câu hỏi trong tâm như thế? Ai được trả lời như thế?

1025. [Ajita] Bavari hỏi về đầu và về chẻ đầu nhiều mảnh. Xin Thế Tôn giải thích, gỡ bỏ nghi ngờ của chúng con.

1026. [Đức Phật] Hãy biết vô minh gọi là "cái đầu" trong khi hiểu biết ra (ngộ) chính là "chẻ đầu ra" -- nối kết với tín, niệm, định, dục tinh tấn, và năng lực.

1027. [Người kể] Với cảm xúc lớn, bày tỏ tôn kính, chàng trai quấn tấm da nai lên một vai, quỳ lạy đặt đầu nơi bàn chân Đức Phật.

1028. [Ajita] Bạch Ngài, người Bà La Môn Bavari và các môn đệ, rất mực vui mừng thờ phượng nơi chân Ngài, bậc Nhìn Thấu Suốt.

1029. [Đức Phật] Người Bà La Môn Bavari, hãy sống vui, an lạc với các môn đệ. Và quý vi hãy sống vui, an lạc. Và chàng trai này, mong chàng sống trường thọ.

1030. Tất cả nghi ngờ nào Bavari, hay ông, hay bất kỳ ai có, hay bất cứ những gì trong tâm, người đều được phép hỏi.

1031. Được Đức Phật cho phép, Ajita ngồi xuống, hai tay

chắp kính lễ, và hỏi Đức Như Lai câu hỏi đầu tiên.

Hết Phần Các Bài Kệ Giới Thiệu

Sn 5.1: AJITA-MANAVA-PUCCHA — AJITA'S QUESTIONS

KINH Sn 5.1: CÁC CÂU HỎI CỦA AJITA

Đức Phật dạy rằng vô minh che phủ thế giới, cho nên ánh sáng bị ngăn che. Các dòng nước (sinh, già, bệnh, chết) chảy khắp nơi, chỉ có thể bị ghìm lại bởi tỉnh thức/chánh niệm (mindfulness), và bị ngưng chảy bởi trí tuệ (wisdom). Và chỉ giải thoát (vắng lặng toàn bộ tâm/thân, danh/sắc)) khi tịch diệt xong ý thức (cessation of consciousness).

Kinh này gợi lên một số suy nghĩ. Có phải ánh sáng bị ngăn che là Phật tánh bị vô minh che? Tỉnh thức/chánh niệm (hai chữ này sẽ dùng nghĩa tương đương trong kinh này, vì cùng hướng về giải thoát; trong khi, đời thường, mindfulness có khi dùng cho tà hạnh, như để huấn luyện lính bắn tỉa) chỉ có thể ghìm được dòng nước tham dục, nhưng trí tuệ mới ngăn hoàn toàn (vì nước = tham). Và giải thoát là khi tịch diệt ý thức.

*Tới đây, phải nói về cách dịch một chữ trong câu "**Tham cầu** là ô nhiễm của nó" trong bài Kệ 1033. Ngài Minh Châu dịch là "mong cầu," Bodhi dịch là "hankering," Khantipalo, Ireland và Thanissaro dịch là "longing," Anandajoti dịch là* *"hunger."*

Chữ đó có nghĩa đói, thèm, muốn, mong cầu... nghĩa là nên rời dính mắc cả 4 loại thức ăn:

-- đoàn thực (thức ăn nuôi thân, thô hay tế),

-- xúc thực (các pháp tiếp xúc với mắt tai mũi lưỡi thân ý),

-- tư niệm thực (ước muốn trong tâm),

-- thức thực (thức là duyên để sinh khởi ra danh/sắc, ra tâm/thân).

Bài Kệ 1037 trong kinh này nói là phải "tịch diệt thức, đoạn tận thức," có thể đối chiếu với Thiền Tông. Cũng chính như thế, mới thành tựu cả Vắng Lặng (Chỉ - Samatha) và Tỉnh Thức (Quán - Vipassana), theo bài Kệ 1039. Nhưng thế nào để đoạn diệt thức? Chỉ cần thấy Tánh, trong Tạp A Hàm nói là thấy Pháp Duyên Khởi, thì tự khắc thấy các pháp đều rỗng rang và thức không còn duyên vào đâu mà tồn tại.

Có thể tham khảo với Kinh Tạp A-Hàm, Quyển 14 (354 - 364), bản dịch của quý Thầy Thích Đức Thắng và Tuệ Sỹ, trong nhóm 3 Kinh 359, 360, 361 Tư Lương (1) (2) (3) có lời Đức Phật dạy:

"Nếu suy lường, vọng tưởng thì chắc chắn sẽ bị sai sử khiến thức duyên níu mà tồn tại. Vì có chỗ duyên níu cho thức tồn tại nên nó nhập vào danh sắc. Vì nhập vào danh sắc nên có sanh, lão, bệnh, tử, ưu, bi, khổ, não ở đời vị lai và tập hợp thuần một khối khổ lớn.

"Nếu không suy lường, không vọng tưởng thì sẽ không bị sai sử khiến thức duyên níu mà tồn tại. Vì không có chỗ duyên níu cho thức tồn tại nên nó không nhập vào danh sắc; vì không nhập vào danh sắc nên sanh, lão, bệnh, tử, ưu, bi, khổ, não ở đời vị lai bị diệt và thuần một khối khổ lớn như vậy bị diệt."

Do vậy, thấy rõ Thiền Đạt Ma cũng bắt nguồn từ Kinh Tập của Tạng Nikaya và từ Kinh Tạp A Hàm của Hán Tạng.

***Tóm lược ý kinh**: Trước tiên, phải lìa tham muốn. Pháp hành là: Tỉnh thức sẽ làm chậm dòng lũ, trí tuệ sẽ ngăn dòng lũ, và đoạn tận thức sẽ giải thoát.*
Kinh này gồm các bài kệ từ 1032 tới 1039.

1032. [Ajita] Thế giới này bị những gì bao phủ? Sao nó không chiếu sáng ra được? Xin ngài nói cái gì làm nó ô nhiễm? Nỗi sợ lớn của thế giới là gì?

1033. [Đức Phật] Vô minh bao che thế giới này. Nó không chiếu sáng được vì ngăn che bởi tham dục và không tỉnh thức (không được thấy như nó là). Tham cầu là ô nhiễm của nó. Ta nói, khổ là nỗi sợ lớn của thế giới.

1034. [Ajita] Các dòng nước chảy tràn khắp nơi. Xin ngài dạy cách nào ngăn các dòng nước, và làm sao dứt toàn bộ các dòng nước.

1035. [Đức Phật] Hỡi Ajita, với bất cứ dòng nước nào trên thế giới, chánh niệm sẽ ghìm hãm các dòng nước, trí tuệ sẽ đóng hẳn các dòng nước.

1036. [Ajita] Bạch Thế Tôn. Trí tuệ, và chánh niệm. Xin dạy cho con: danh và sắc (tâm và thân) khi nào tịch diệt.

1037. [Đức Phật] Câu hỏi ngươi đưa ra, Ajita, ta sẽ trả lời.

Tâm và thân tịch diệt không dư tàn là khi đoạn diệt thức, nơi này nó ngưng hẳn.

1038. [Ajita] Những ai đã nhận ra Pháp nơi đây (đã vào bậc vô học), và những ai đang tu học nơi đây (còn ở bậc hữu học), họ đang hành trì ra sao, con xin hỏi Đức Thế Tôn.

1039. [Đức Phật] Vị đó chớ ham muốn thọ lạc, hãy giữ tâm tịch lặng, khéo léo trong tất cả các pháp, sống hạnh du tăng tỉnh thức.

Hết Các Câu Hỏi của Chàng Thanh Niên Ajita

Sn 5.2: TISSA-METTEYYA-MANAVA-PUCCHA
CÁC CÂU HỎI CỦA TISSA-METTEYYA

Câu hỏi tuyệt vời với những chữ "ai" đưa ra, về pháp giải thoát. Đức Phật trả lời đó là người xa lìa tham dục, luôn luôn vắng lặng và tỉnh thức, biết cả hai đầu (hai phía, nhị biên) và không dính mắc nơi chặng giữa.

Chúng ta có thể nêu câu hỏi rằng, hai đầu hay hai phía là gì, và chặng giữa là gì? Access to Insight (trang web của quý ngài Nam Tông Thái Lan) có ghi chú rằng, Kinh Tăng Chi AN 6.61 kể về cuộc thảo luận của nhiều vị sư Trưởng lão về bài Kinh Sn 5.2 với ý nghĩa "2 phía" và "chặng giữa." Có 6 Trưởng lão giải thích như sau, ý kiến dị biệt nhau:

- Xúc là phía thứ nhất, cội nguồn của xúc là phía thứ hai, và tịch diệt của xúc là nằm trong chặng giữa.

- Quá khứ là phía thứ nhất, tương lai là phía thứ hai, và hiện tại là chặng giữa.

- Thọ vui là phía thứ nhất, thọ đau đớn là phía thứ hai, và không vui cũng không khổ là chặng giữa.

- Danh (tâm) là phía thứ nhất, sắc (thân) là phía thứ hai, và thức là chặng giữa.

- Nhóm 6 trần (sắc thanh hương vị xúc pháp - tức là: cảnh thấy được, âm thanh nghe được, mùi hương ngửi được, vị nếm được, cảm xúc nhận từ thân, hình ảnh ý nghĩ hiện trong tâm) là phía thứ nhất, nhóm 6 căn (mắt, tai, mũi, lưỡi, thân, ý) là phía thứ hai, và thức là chặng giữa.

- Tự nhận mình có ngã (self-identity) là phía thứ nhất, cội nguồn của cái tự nhận mình có ngã là phía thứ hai, và tịch diệt cái tự nhận mình có ngã là chặng giữa.

Đó là ý kiến khác nhau từ 6 Trưởng lão. Khi quý ngài trình với Đức Phật, Đức Phật trả lời rằng tất cả 6 giải thích trên đều là thích nghi, khéo thuyết, nhưng khi Đức Phật trả lời chàng thanh niên Tissa-metteyya, chỉ nghĩ tới giải thích đầu tiên.

Tới đây, chúng ta có thể suy nghĩ: với cả 6 giải thích nêu trên, là tất cả những gì chúng ta nhận ra trong cõi này. Như thế, khi Đức Phật dạy, không để vướng hai bên, không để dính mắc chặng giữa... có nghĩa lời dạy rút gọn là: vô sở trụ, không dính mắc vào bất kỳ pháp nào, dù là "quá khứ, hiện tại, vị lai," dù là căn-trần-thức, dù là thân-tâm-thức, dù là "ngã, phi ngã"...

***Tóm lược ý kinh**: Xa lìa tham, sống tịch lặng và tỉnh thức, giữ tâm vô sở trụ.*

Kinh này gồm các bài kệ từ 1040 tới 1042.

1040. [Tissa] Ai thỏa mãn trong thế giới này? Ai không dao động? Ai là người trí tuệ, đã biết suốt cả hai đầu, và không nhiễm ô nơi chặng giữa? Ai mà ngài gọi là bậc Thượng Nhân? Ai là người vượt qua được mạng lưới tham ái thêu dệt?

1041. [Đức Phật] Đó là người sống đời trong sạch giữa các thọ lạc, xa lìa tham, luôn luôn tỉnh thức và tịch lặng, tự quán chiếu sâu thẳm, không còn gì dao động.

1042. Đó là một người trí tuệ, đã biết cả hai đầu nhị biên, và không dính mắc vào chặng giữa. Ta gọi đó là bậc Thượng Nhân, người đã vượt qua mạng lưới lưới thêu dệt ái nhiễm.

Hết Các Câu Hỏi của Thanh Niên Tissa Metteyya

Sn 5.3: PUNNAKA-MANAVA-PUCCHA
CÁC CÂU HỎI CỦA PUNNAKA

Nghi lễ tôn giáo vô ích. Cúng lễ, hiến tế vô ích. Giải thoát là người đã thấy được xa và gần trong thế giới này (has discerned far and near in the world). Xa và gần là gì? Có thể hiểu như Kinh Sn 5.2. Nhưng Kinh Sn 5.3 không nói gì về chặng giữa, cho nên "xa và gần" có thể hiểu như nhìn thấy trong chánh niệm các pháp tập khởi và biến diệt. Đức Phật cũng dạy là phải vắng lặng và tỉnh thức, và xa lìa tham với sân.

***Tóm lược ý kinh**: Vắng lặng và tỉnh thức, xa lìa tham sân. Chuyện nghi lễ, cúng tế chỉ vô ích.*
Kinh này gồm các bài kệ từ 1043 tới 1048.

1043. [Punnaka] Đối trước người bất động, người đã thấy cội rễ, con xin nêu câu hỏi: Vì sao nhiều đạo sĩ, dân chúng, giới quý tộc và giới bà la môn trong thế giới này cúng lễ các vị thiên? Xin Đức Phật trả lời cho con.

1044. [Đức Phật] Hỡi Punnaka, bất kỳ các đạo sĩ, dân chúng, quý tộc và ba la môn đó cúng lễ các vị thiên, vì họ khao khát tái sinh. Khi họ già yếu, họ cúng lễ.

1045. [Punnaka] Các đạo sĩ, dân chúng, quý tộc và bà la môn đó cúng lễ các vị thiên, dâng lễ hiến tế các vị thiên. Bạch Thế Tôn, những người tinh tấn theo con đường cúng lễ có vượt qua được sinh và già hay không? Xin Đức Phật trả lời cho con.

1046. [Đức Phật] Hy vọng, cầu nguyện, thèm khát và cúng lễ hiến tế. Thèm khát có niềm vui thọ lạc, như thế là họ muốn kiếm thêm. Do vậy họ cúng lễ hiến tế, ham muốn để tái sinh. Ta nói rằng, họ không vượt qua được sinh và già.

1047. [Punnaka] Bạch Thế Tôn, nếu những người cúng lễ hiến tế không vượt qua sinh và già, thì ai trong cõi trời và người đã vượt qua được sinh và già. Xin Đức Phật trả lời cho con.

1048. [Đức Phật] Đó là người đã nhìn thấy xa và gần trong thế giới này, người không còn dao động dù ở đâu trong cõi này, người sống vắng lặng, tỉnh thức, không còn tham hay sân. Ta nói, người như thế đã vượt qua sinh và già.

Hết Các Câu Hỏi của Punnaka

Sn 5.4: METTAGU-MANAVA-PUCCHA
CÁC CÂU HỎI CỦA METTAGU

Kinh này Đức Phật dạy giữ tâm vô sở trụ, không để dính mắc vào bất cứ những gì ở hướng trên, ở hướng dưới, và các hướng giữa hai phía. Như thế, thức sẽ không duyên vào sanh hữu, xa lìa mọi thứ "cái của tôi" – và như thế, sẽ giải thoát.

***Tóm lược ý kinh**: Giữ tâm vô sở trụ, xa lìa tất cả những "cái của tôi" dấy khởi trong tâm.*
Kinh này gồm các bài kệ từ 1049 tới 1060.

1049. [Mettagu] Bạch Thế Tôn, xin trả lời con câu hỏi này. Con xem ngài là vị Thầy thông suốt các bộ Vệ Đà, bậc hiền trí. Vì sao vô lượng sầu khổ khởi lên cho bất kỳ ai trong cõi này?

1050. [Đức Phật] Ngươi hỏi ta về cội nguồn sầu khổ. Ta đã Biết, ta sẽ nói: sầu khổ trong vô lượng hình thức sinh khởi vì dính mắc chấp giữ.

1051. Người vô minh, kém trí, dính mắc vào tích sản, và cứ liên tục sầu khổ thôi. Do vậy, hiểu như thế, chớ nên dính mắc chấp giữ gì, khi đã nhìn thấy sinh và cội nguồn của khổ.

1052. [Mettagu] Ngài đã trả lời câu con hỏi. Xin trả lời thêm một câu hỏi. Làm sao người trí vượt qua dòng nước lụt của sinh, già, sầu khổ và thương khóc? Xin giải thích cho con, vì ngài là Bậc Trí Tuệ đã thông suốt Pháp này.

1053. [Đức Phật] Ta sẽ giảng Pháp này cho ngươi. Được thấy ngay trong đời thực này, chứ không phải là nghe đồn. Hiểu được và sống được Pháp một cách tỉnh thức, sẽ vượt qua những dính mắc cõi này.

1054. [Mettagu] Kính thưa bậc Đại Đạo Sư, con rất mực vui mừng với Pháp tối thượng này, mà khi hiểu được và sống được một cách tỉnh thức, chúng sinh có thể vượt qua dính mắc cõi này.

1055. [Đức Phật] Hỡi Mettagu, đối với bất cứ những gì con nhận biết phía trên, phía dưới, và phía ngang nơi giữa, hãy từ bỏ ưa thích và dính mắc, [rồi thì] thức sẽ không duyên vào sanh hữu.

1056. Sống như thế, chánh niệm và tinh tấn, buông bỏ mọi thứ "cái của tôi" – ngay nơi đây, người trí có thể xa lìa toàn bộ đau khổ, sanh và già, đau buồn và thương khóc.

1057. [Mettagu] Con rất mực vui mừng với lời dạy của Đức Thế Tôn. Ô Gotama, ngài đã khéo chỉ đường giải thoát ra khỏi dính mắc. Ngài hiển nhiên đã xa lìa toàn bộ sầu khổ, vì ngài đã Biết rõ Pháp này.

1058. Bất kỳ ai mà Thế Tôn liên tục giáo hóa, chắc chắn là họ cũng có thể xa lìa sầu khổ; do vậy nay đã gặp ngài là bậc Vua Rồng, con kính lễ, xin ngài cũng sẽ giáo hóa con.

1059. [Đức Phật] Ngươi nên biết rằng khi một bậc Phạm hạnh có hiểu biết chân thực, không sở hữu gì hết, và không dính mắc vào niềm vui dục lạc và dục hữu, chắc chắn sẽ vượt được trận lụt này và qua bờ bên kia; vị đó sẽ nhu hòa, xa lìa mọi ngờ vực.

1060. Người trí tuệ đó nơi đây có hiểu biết chân thực, đã gỡ bỏ xiềng xích của liên tục tái sinh, xa lìa tham ái, dứt bỏ ngờ vực, không ước muốn gì – ta nói, người như thế đã vượt qua sanh và già.

Hết Các Câu Hỏi của Chàng Trai Mettagu

Sn 5.5: DHOTAKA-MANAVA-PUCCHA
CÁC CÂU HỎI CỦA DHOTAKA

Kinh này bắt đầu bằng câu hỏi, làm sao tự tu học để thể nhập Niết Bàn. Đức Phật trả lời rằng pháp tịch tịnh tối thượng là đối với bất cứ những gì trên, dưới, ngang bằng chặng giữa, đừng khởi bất kỳ tâm tham ái hay tâm dính mắc nào.

***Tóm lược ý kinh**: Giữ vô sở trụ đối với tất cả các pháp.*
Kinh này gồm các bài kệ từ 1061 tới 1068.

1061. [Dhotaka] Con xin hỏi Thế Tôn, xin mở lời dạy cho con để con có thể tự thể nhập Niết Bàn.

1062. [Đức Phật] Hỡi Dhotaka, vậy thì con phải ra sức, nơi đây phải khôn ngoan và tỉnh thức, sau khi nghe lời ta, con nên tự tu học chứng ngộ Niết Bàn.

1063. [Dhotaka] Con thấy trong cõi của trời và người, bậc Phạm hạnh không sở hữu gì đang đi các nơi; do vậy con tôn kính ngài, bậc Nhìn Thấu Suốt Tất Cả. Ô Thích Ca, xin gỡ bỏ ngờ vực của con.

1064. [Đức Phật] Hỡi Dhotaka, ta sẽ không có thể giải thoát bất kỳ ai trong thế giới này, mà người đó vẫn còn nghi ngờ. Nhưng hiểu được Pháp tối thắng này, ngươi sẽ vượt qua được trận lụt này.

1065. [Dhotaka] Hỡi Bậc Phạm hạnh! Xin từ bi chỉ dạy con pháp Viễn Ly tối thắng mà con nên biết, để con sống được như bầu trời hoàn toàn không gì ngăn che, với từ tâm, tịch lặng, không dính mắc gì.

1066. [Đức Phật] Hỡi Dhotaka, ta sẽ dạy con pháp tịch lặng hiện tiền, không phải chuyện nghe đồn thời cổ xưa; khi hiểu được, và sống một cách tỉnh thức, con có thể vượt qua dính mắc vào thế giới này.

1067. [Dhotaka] Con rất mực vui mừng trong pháp tịch tịnh tối thượng; mà khi hiểu được, và sống một cách tỉnh thức, con có thể vượt qua dính mắc vào thế giới này.

1068. [Đức Phật] Hỡi Dhotaka, với bất cứ những gì con biết, dù trên cao, dưới thấp và khắp chặng giữa, hãy hiểu rằng đây như là dây trói vào thế giới này, đừng tham đắm với bất kỳ trạng thái sinh tồn nào.

Hết Các Câu Hỏi của Chàng Trai Dhotaka

Sn 5.6: UPASIVA-MANAVA-PUCCHA
CÁC CÂU HỎI CỦA UPASIVA

Làm cách nào vượt qua trận lụt lớn? Đức Phật dạy rằng hãy tỉnh thức và không nương tựa bất kỳ một pháp nào. Không một pháp nào? Thiền sư Phật Quả Viên Ngộ là người soạn ra tuyển tập công án Bích Nham Lục, vẫn thường nói rằng chư Phật không một pháp trao cho người.

Trong tác phẩm "Sáu Cửa Vào Động Thiếu Thất" của Bồ Đề Đạt Ma, bản Việt dịch của Trúc Thiên, nơi những trang đầu tiên có ghi hai câu thơ của Thiền Tông Trung Hoa:

Tịch diệt thể vô đắc
Chân không tuyệt thủ phan.
(Thể Niết bàn không chứng đắc
Chân không chặt đứt tay leo.)

Đó là nơi không thể vin tay vào đâu được. Đó là nơi không có gì để được (vô đắc) vì vốn đã có sẵn trong thể vắng lặng (trong tâm). Hễ còn vin vào bất kỳ pháp nào, dù là dính tới bất kỳ sắc thanh hương vị xúc pháp nào, đều sẽ hỏng (vì là, hễ vin vào bất cứ gì, là trên đầu mọc thêm đầu, trên tâm lại chồng thêm tâm). Và vì không hề nương vào một pháp nào, nên mới vào được Cửa Không Cửa.

Kinh dạy có nhiều pháp tới giải thoát.

Như phổ biến hiện nay là Tứ Niệm Xứ (niệm Thân, niệm Thọ, niệm Tâm, niệm Pháp). Pháp này dạy trong Kinh MN 10, và một số kinh khác.

Kinh MN 10, bản dịch HT Minh Châu, viết: "Này các Tỷ-kheo, không cần gì nửa tháng, một vị nào tu tập Bốn Niệm xứ này trong bảy ngày, vị ấy có thể chứng một trong hai quả sau đây: Một là chứng Chánh trí ngay trong hiện tại, hai là nếu còn hữu dư y, thì chứng quả Bất hoàn."

Như Lục Niệm Pháp (niệm Phật, niệm Pháp, niệm Tăng, niệm Giới, niệm Thiên, niệm Thí).

*Kinh SN 9.11, bản dịch Thanissaro viết: "**Keeping your mind on** the Teacher, the Dhamma, the Sangha, your virtues, you will arrive at joy, rapture, pleasure without doubt. Then, saturated with joy, you will put an end to suffering & stress." (**Chú tâm vào** Đức Phật, Giáo Pháp, Tăng Già, Giới Đức [của ngươi], ngươi sẽ chứng đạt niềm vui, cực kỳ an lạc, xa lìa ngờ vực. Rồi, bao trùm trong niềm vui đó, ngươi sẽ kết thúc sầu khổ và lo âu). Bản dịch Sujato là: "**Thinking about** the Teacher, the teaching... you'll make an end to suffering." (Thinking about = hướng tâm về, không mang nghĩa lý luận hay biện luận).*

Như Thập Niệm Pháp (niệm Phật, niệm Pháp, niệm Tăng, niệm Giới, niệm Thiên, niệm Thí, niệm Hơi Thở, niệm Sự Chết, niệm Thân, niệm Tịch Tĩnh). Đức Phật nói rằng chỉ cần một pháp niệm, theo bất kỳ pháp nào trong Thập Niệm đều đủ để giải thoát.

Chúng ta từng đọc Kinh AN 10.2 với lời Đức Phật dạy rằng chỉ cần giữ giới thanh tịnh, và không cần khởi lên ước muốn gì hết (tâm hành xứ diệt) rồi sẽ tự động đắc quả A La Hán.

Tới đây, chúng ta cũng thấy nơi Kinh AN 1.287-296, bản Anh dịch Thanissaro, viết: "One thing — when developed & pursued — leads solely to disenchantment, to dispassion, to cessation, to stilling, to direct knowledge, to self-awakening, to Unbinding. Which one thing? Recollection of virtue." (Một pháp -- khi được tu tập và vun bồi -- dẫn đi một hướng đơn độc tới nhàm chán, ly tham, tịch lặng, biết trực tiếp, giác ngộ, Niết Bàn. Một pháp nào? Đó là Niệm Giới.)

Pháp Niệm Sự Chết, nói trong Kinh AN 6.20, bản dịch Sujato, viết: "Mindfulness of death, when developed and cultivated in this way, is very fruitful and beneficial. It culminates in the deathless and ends with the deathless." (Niệm sự chết, khi tu tập và vun bồi như thế, sẽ hiệu quả lớn, và rất lợi ích. Tận cùng là tới bất tử, thể nhập vào bất tử.)

Niệm Phật cũng đủ. Như trong Kinh Tăng Chi (AN 1.296-305), Phẩm Một Pháp, bản dịch ngài Minh Châu: "Một pháp ấy là gì? Chính là niệm Phật. Chính một pháp này, này các Tỷ-kheo, được tu tập, được làm cho sung mãn, đưa đến nhứt hướng nhàm chán, ly tham, đoạn diệt, an tịnh, thắng trí, giác ngộ, Niết-bàn."

Hay là, như trong Kinh MN 52 và Kinh AN 11.17, Đức Phật dạy 11 pháp tu giải thoát, trong đó Thiền Tâm Từ là một cửa giải thoát, vin vào đây để nhận ra pháp ấn Vô Thường, là hoàn tất.

Tuy nhiên, tất cả các pháp vừa dẫn đều niệm có đối tượng, vin vào cảnh (uẩn-xứ-giới).

Trong khi đó, các tổ sư Thiền Tông nói rằng không một pháp nào để trao cho người, và học nhân phải bước lên đầu sào trăm trượng, rồi bước thêm một bước nữa (để rời cả sào).

Thiền Tông còn gọi, đó là Cái Chết Lớn, vì uẩn-xứ-giới đều biến mất, thân/tâm/thế giới đều biến mất trong tâm người tu (không còn gì để nương vào). Cái Chết Lớn này, trong bài Kệ 1076 trong Kinh Sn 5.6 được Đức Phật dạy là, theo bản dịch Bodhi: When all phenomena have been uprooted, all pathways of speech are also uprooted (Khi tất cả các pháp [tất cả hiện tượng] đã bị bứng gốc rễ, tất cả ngôn ngữ nói năng cũng bị bứng gốc rễ). Y hệt như lời của Bồ Đề Đạt Ma và Huệ Năng.

Bản Kinh Sn 5.6 nơi đây nói là chớ vin vào bất kỳ cảnh nào (phi đối tượng), không nói là niệm gì, mà chỉ nói là "tỉnh thức, nhìn về không một pháp nào, nương vào 'không một pháp nào' để qua bờ":

-- Bodhi dịch: Contemplating nothingness, mindful (Upasiva, said the Blessed One), supported by 'there is not', cross over the flood;

-- Khantipalo dịch: Mindfully do you no-thingness regard, rely on "there-is-not" to go across the flood;

-- Thanissaro dịch: Mindfully focused on nothingness, relying on 'There isn't,' you should cross over the flood;

-- Anandajoti dịch: "Looking to nothingness, and being mindful, Upasīva," said the Gracious One, "depending on nothing, cross over the flood";

Bài Kệ 1070 trong Kinh này với lời Đức Phật dạy ngài Upasiva:

"...hãy tỉnh thức, nhìn về không một pháp nào, nương tựa "không một pháp nào" mà vượt qua dòng nước lũ. Rời dục lạc, bỏ nói năng, ngày đêm liên tục nhìn cho cạn kiệt tham

ái..."

Nghe y hệt như lời chư Tổ Thiền Tông dạy pháp tham thoại đầu, nhìn liên tục ngày đêm xem gốc rễ tâm tham ái từ đâu ra, tới một lúc gốc rễ sẽ tự bừng lên, và đó vốn là cái rỗng rang tịch lặng.

Nhóm chữ "ngày đêm liên tục nhìn cho cạn kiệt tham ái" là dịch theo:

-- bản dịch Bodhi "night and day see into the destruction of craving,"

-- bản dịch Khantipalo là "see craving's exhaustion by night and by day,"

-- bản dịch Thanissaro là "keep watch for the ending of craving, night & day."

-- bản dịch Anandajoti là "day and night you must look for the end of suffering."

Chỉ nhìn thôi, chỉ nhìn là đủ. Là các pháp tự vận hành. Đó là pháp tham thoại đầu của Thiền Tông, nhìn tận cội nguồn khi tâm tham chưa sinh khởi, trong khi buông hết tất cả uẩn-xứ-giới để không dựa vào bất kỳ pháp nào hết.

Hai bài Kệ 1074 và 1076 trong Kinh Sn 5.6 này, theo Luận thư Nidd II (dịch theo Bodhi), là câu trả lời của Đức Phật về cảnh giới giải thoát: Đức Phật không trả lời trực tiếp rằng cảnh giới giải thoát là hư vô hay hằng hữu, chỉ nói rằng không thể nói là về đâu, y hệt như khi ngọn lửa biến mất, không thể định dạng hay nói năng gì về cảnh này.

***Tóm lược ý kinh**: Liên tục tỉnh thức, không nương vào bất kỳ pháp nào.*

Kinh này gồm các bài kệ từ 1069 tới 1076.

1069. [Upasiva] Ô ngài Thích Ca, con đơn độc, không gì nương tựa, con không thể vượt qua dòng nước lũ lớn này. Hỡi Bậc Nhìn Thấu Suốt Tất Cả, hãy chỉ con phương tiện để vượt qua trận lụt.

1070. [Đức Phật] Hỡi Upasiva, hãy tỉnh thức, nhìn về không một pháp nào, nương tựa "không một pháp nào" mà vượt qua dòng nước lũ. Rời dục lạc, bỏ nói năng, ngày đêm liên tục nhìn cho cạn kiệt tham ái.

1071. [Upasiva] Người nào ly ái dục, không nương tựa vào một pháp nào, đã buông bỏ toàn bộ tất cả các thứ khác, hướng về tự do tối thượng, nơi vẫn còn tưởng – có phải người đó sẽ vẫn trụ nơi đó mà không rơi khỏi nơi đó?

1072. [Đức Phật] Người nào ly ái dục, không nương tựa vào một pháp nào, đã buông bỏ toàn bộ tất cả các thứ khác, hướng về tự do tối thượng, nơi vẫn còn tưởng –người đó sẽ vẫn trụ nơi đó mà không rơi khỏi nơi đó.

1073. [Upasiva] Nếu người đó vẫn trụ nơi đó mà không rơi khỏi nơi đó trong rất nhiều năm, xin Bậc Nhìn Thấu Suốt Tất Cả trả lời cho con, người đó sẽ được mát lạnh thanh lương và tự do nơi đó, hay có phải ý thức của người như thế sẽ biến mất [trong trạng thái đó]?

1074. [Đức Phật] Y hệt ngọn lửa khi gió thổi tắt, sẽ an nghỉ và không còn có thể được nhận ra, y hệt như bậc Trí Tuệ giải thoát khỏi thân và tâm, sẽ an nghỉ và và không còn có thể được nhận ra.

1075. [Upasiva] Đối với người đã tới an nghỉ như thế, có phải vị đó không còn hiện hữu? Hay vị đó vĩnh viễn hằng hữu không bệnh? Kính xin Đức Phật giảng cho con, vì ngài hiểu tận tường Pháp này.

.1076. [Đức Phật] Hỡi Upasiva. Không thể đo lường nào đối với người đã tới nơi an nghỉ giải thoát, không có gì người ta có thể mô tả về người đó, nơi tất cả các pháp đều hoàn toàn được gỡ bỏ, nơi tất cả mọi đường ngôn ngữ cũng hoàn toàn được gỡ bỏ.

Hết Các Câu Hỏi của Chàng Trai Upasiva

Sn 5.7: NANDA-MANAVA-PUCCHA
CÁC CÂU HỎI CỦA NANDA

Học nhiều kiến thức không thể giải thoát. Giữ giới cấm cũng vô ích (có khi, chỉ tăng ngã chấp, rằng có người đang giữ giới, rằng có giới đang được giữ). Rèn luyện tu tập cũng vô ích. Bởi vì, cái rèn luyện được, chi là pháp sanh diệt, pháp hữu vi, sẽ tới một lúc tan rã.

Có thể dẫn ra Kinh AN 6:60 (Citta Sutta), kể rằng Tỳ khưu Citta Hatthisariputta đã thành tựu tứ thiền bát định, nhưng rồi rơi trở lại niềm vui ái dục, nên xả giới để về đời thường, vui với cung đình vua quan, xã hội dân gian... Một thời gian sau nữa, mới nhớ đời tăng sĩ, nên xin xuất gia trở lại, sống đời cô tịch, tinh tấn, và rồi đắc quả A La Hán. Do vậy, rèn luyện tu tập không nên dựa vào pháp hữu vi.

Kinh Sn 5.7 đặc biệt nói là chớ làm vô lượng pháp này, đừng làm vô lượng pháp kia, không làm vô lượng pháp nọ... và không hề nói phải làm gì. Tất cả lời Đức Phật dạy nơi đây chỉ là phủ định. Đừng giữ giới cấm (ghi chú: không có nghĩa là phá hủy giới luật nhà Phật, chỉ có nghĩa là giới luật để qua bờ kia phải là giới của pháp ấn Vô ngã). Đừng dựa vào kiến thức hay truyền thống. Chớ dựa vào thấy nghe hay biết. Chớ tham ái. Chỉ khẳng định một điều trong kinh này là "hãy sống nơi cô tịch."

Chữ "sống nơi cô tịch" trong bài Kệ 1078 có nhiều nghĩa.

Anandajoli dịch là: lives without company (sống với không ai/vật/pháp gì theo bên).

Bodhi dịch là: who live remote (người sống nơi xa, hẻo lánh).

Khantipalo dịch là: those foeless (người không có ai/vật/pháp gì thù nghịch).

Thanissaro dịch là: those who live disarmed (người đã buông vũ khí).

Fausboll dịch là: having secluded themselves (tự sống cô tịch).

Ngài Minh Châu dịch là: Những ai diệt quân lực.

Theo ngữ cảnh, nếu chúng ta tin rằng trong kinh này, Đức Phật dạy rằng chớ làm các pháp, rằng đừng làm các pháp, rằng không làm các pháp... thì chúng ta có thể dịch theo một công án Thiền Tông, mang đầy đủ nghĩa nên là:

-- Hãy nghe tiếng vỗ của một bàn tay.

Và dịch như thế mới mang đủ ý nghĩa: sống trong tận cùng cô tịch, sống nơi hẻo lánh, không một ai/vật/pháp nào theo bên, đã buông trọn vũ khí, và đã diệt toàn bộ quân lực.

Tương tự, trong Thiền Tông có ghi lại sự tích khi mới gặp Thạch Đầu, Bàng Cư Sĩ hỏi, "Không cùng với vạn pháp làm bạn lữ là người như thế nào?" Chưa nói dứt lời đã bị Thạch Đầu bịt miệng. Phải chăng, cái "cô tịch" đó không có lời để nói? Làm sao mở miệng về cái không dính gì tới uẩn-xứ-giới bằng lời được?

Tóm lược ý kinh: *Sống với tâm cô tịch, không gì dính mắc*
Kinh này gồm các bài kệ từ 1077 tới 1083.

1077. [Nanda] Người ta nói rằng trong thế giới này có những bậc trí tuệ. Có như thế không? Có phải người ta gọi một người là bậc trí tuệ vì người này có kiến thức, hay vì nếp sống người này đang tuân thủ?

1078. [Đức Phật] Bậc thiện không nói rằng có ai là trí tuệ chỉ vì người đó có kiến thức (knowledge), hay có quan kiến (view), hay sống theo truyền thống (tradition). Ta nói, những người trí tuệ là người không còn tham ái, không phiền não, và sống nơi cô tịch.

1079. [Nanda] Một số ẩn sĩ và Phạm chí
nói rằng thanh tịnh tới từ những gì được thấy và nghe,
nói rằng thanh tịnh tới từ giới luật và tuân thủ rèn luyện,
nói rằng thanh tịnh tới từ nhiều cách khác nữa.
Con xin Đức Phật trả lời rằng những người "có pháp để tu" như thế có ai đã vượt qua sinh và già? Kính xin Đức Phật trả lời cho con.

1080. [Đức Phật] Hỡi Nanda, bất kỳ ai trong các ẩn sĩ và Phạm chí này
nói rằng thanh tịnh tới từ những gì được thấy và nghe,
nói rằng thanh tịnh tới từ giới luật và tuân thủ rèn luyện,
nói rằng thanh tịnh tới từ nhiều cách khác nữa,
mặc dù họ đang sống kềm chế như thế,
ta nói họ vẫn chưa vượt qua sinh và già.

1081. [Nanda] Một số ẩn sĩ và Phạm chí
nói rằng thanh tịnh tới từ những gì được thấy và nghe,
nói rằng thanh tịnh tới từ giới luật và tuân thủ rèn luyện,
nói rằng thanh tịnh tới từ nhiều cách khác nữa.
Nếu Đức Phật nói rằng những người vừa nói chưa qua được trận lụt, vậy thì ai trong thế giới cõi nhân thiên này đã vượt qua bờ sanh và già? Kính xin Đức Phật giảng cho con.

1082 [Đức Phật] Hỡi Nanda, ta không nói rằng tất cả các ẩn sĩ và Phạm chí bị bao trùm bởi sinh và già: bất kỳ ai nơi đây không còn dựa vào những gì được thấy, nghe, cảm thọ, không còn dựa vào giới cấm và rèn luyện tu tập, và cũng đã rời bỏ toàn bộ vô lượng cách khác nữa – hễ ai biết rõ tận tường tham ái, không còn lậu hoặc nữa – ta nói những vị đó đã vượt qua trận lụt.

1083. [Nanda] Bạch ngài Gotama, con rất mực vui mừng nghe lời dạy của ngài đại đạo sư, dạy rõ ràng pháp giải thoát ra khỏi dính mắc. Bất kỳ ai nơi đây không còn dựa vào những gì được thấy, nghe, cảm thọ, không còn dựa vào giới cấm và rèn luyện tu tập, và cũng đã rời bỏ toàn bộ vô lượng cách khác nữa – hễ ai biết rõ tận tường tham ái, không còn lậu hoặc nữa – con cũng nói những vị đó đã vượt qua trận lụt.

Hết Các Câu Hỏi của Nanda

Sn 5.8: HEMAKA-MANAVA-PUCCHA
CÂU HỎI CỦA HEMAKA

Hemaka hỏi rằng, làm sao để giải thoát.

Đức Phật trả lời rằng, hãy gỡ bỏ ham mê say đắm đối với bất cứ những gì khả ái, những gì dễ thương trong các cõi được thấy, được nghe, được cảm thọ, được nhận biết. Luôn luôn giữ chánh niệm như thế, sẽ giải thoát ngay trong đời này.

Tuy nhiên, không mê đắm, cũng có nghĩa là không ghét bỏ. Bởi vì hễ có tâm mê đắm cái này, tất sinh tâm ghét bỏ những gì trái nghịch với nó. Hãy thấy, các pháp như thế, chỉ là như thế, hễ đủ duyên thì khởi lên được thấy nghe hay biết, không có gì phải ưa thích hay ghét bỏ.

Đại Châu Thiền sư từng nói: "Định là đối cảnh vô tâm, tám ngọn gió chẳng làm lay động. Nếu chứng đặng pháp Định như thế, tuy là mang thân phàm phu mà đã vào ngôi vị Phật." Như thế, Phật chính là Tâm Bất Động vậy.

Khi tâm tỉnh thức, lắng đọng tịch diệu như thế, còn gọi là Thấy Tánh, hay Thấy Pháp. Trong Thiền Tông còn gọi như thế là không cần tu gì hết, vì chánh niệm như thế là tròn đầy: "Tức Giới, Tức Định, Tức Huệ."

Trong Kinh Thủ Lăng Nghiêm Tông Thông, bản dịch Nhẫn Tế Thiền Sư, nơi Quyển VIII, Phần Thứ 2, Chương IV, có đoạn giải thích về đối cảnh mà chẳng động:

"Thông rằng: Tâm quang thầm xoay lại, hướng về Phật mà an trụ được thường lắng đọng tịch diệu của Chư Phật, đối cảnh mà chẳng động. Được chỗ Vô Thượng Diệu Tịnh của Phật thì giao thiệp với trần mà chẳng nhiễm. Đây là Tự Tánh Thiên Chân Phật, vô vi chân thật vậy. An trụ trong đó thì không tạo không làm, không chứng không đắc. Phàm có được ắt có mất, không được thì không mất. Có mất thì cần dùng Giới. Không mất thì đâu cần dùng Giới. Tự Tánh vô vi, tức đó là Giới. Giới mà không có chỗ Giới, đó là Chân Giới. Giới này tại tâm quang, chỗ âm thầm xoay lại mà gọi là mật vì không thể lấy ý thức đo lường, há có thể nói đồng với Giới Luật tầm thường sao? Tức Giới tức Định, tức Giới tức Huệ, chỉ một thể mà khác danh thôi."

***Tóm lược ý kinh**: với các pháp khả ái nơi đây được thấy, được nghe, được cảm thọ và được nhận biết, hãy gỡ bỏ lòng ham mê say đắm.*

Kinh này gồm các bài kệ từ 1084 tới 1087.

1084. [Hemaka] Trước khi con gặp Đức Phật, đã có những vị giải thích về giáo thuyết của họ rằng 'nó thế này, nó thế kia' nhưng tất cả chỉ là nghe lời đồn (từ cổ thời), tất cả chỉ làm con tăng thêm nghĩ ngợi bất định. Con đã không an vui trong đó.

1085. Ngài là Đấng Mâu Ni, con xin ngài dạy Pháp phá hủy tham ái, để người nghe hiểu được và sống một cách tỉnh thức, vượt qua những dính mắc của thế giới này.

1086. [Đức Phật] Hỡi Hemaka, với các pháp khả ái nơi đây được thấy, được nghe, được cảm thọ và được nhận biết, hãy gỡ bỏ lòng ham mê say đắm – như thế là trạng thái Niết Bàn bất tử.

1087. Hiểu được Pháp này, những người tỉnh thức (để gỡ bỏ như trên) sẽ giải thoát ngay trong đời này. Và luôn luôn tịch lặng, họ bước qua những dính mắc trong thế giới này.

Hết Các Câu Hỏi của Hemaka

Sn 5.9: TODEYYA-MANAVA-PUCCHA
CÁC CÂU HỎI CỦA TODEYYA

Kinh này gợi nhớ tới Bát Nhã Tâm Kinh, trong đó nói rằng khi đã thấy tất cả các pháp đều rỗng rang, đều vô tự tánh, đều không tịch... thì sẽ không còn chút ái dục (với các căn), sẽ không còn chút tham, chút ước vọng nào (dù là muốn làm Phật, muốn làm Thánh). Chính nơi tịch lặng như thế là giải thoát tối thượng.

Bát Nhã Tâm Kinh viết về cái nhìn thực tướng vốn không tịch này:

"Này Xá Lợi Phất, Sắc chẳng khác không, không chẳng khác Sắc, Sắc tức là không, không tức là sắc. Thọ, Tưởng, Hành, Thức cũng lại như thế.

Này Xá Lợi Phất, tướng Không của các pháp không sinh không diệt, không nhơ không sạch, không thêm không bớt. Cho nên trong tướng Không: không có Sắc, không có Thọ, Tưởng, Hành, Thức; không có mắt, tai, mũi, lưỡi, thân, ý; không có Sắc (cái được thấy), Thanh (cái được nghe), Hương (cái được ngửi), Vị (cái được nếm), Xúc (cái được chạm xúc),

Pháp (cái được suy nghĩ tư lường); không có nhãn giới, cho đến không có ý thức giới; không có Vô Minh (khởi đầu Luật Duyên Khởi), cũng không có Hết Vô Minh (kết thúc Luật Duyên Khởi); cho đến không có già chết, cũng không có hết già chết (sinh lão bệnh tử); không có Khổ, Tập, Diệt, Đạo (Tứ Diệu Đế)..."

Trong Kinh Sn 5.9, Đức Phật nói ngắn gọn ý trên: "Người đó không có ước vọng, cũng không còn ước vọng ... Người đó không sở hữu gì hết, cũng không dính mắc vào dục lạc và cõi sinh tồn này..."

Các vị đương cơ trong kinh đều là hàng thượng thừa. Do vậy, chư Tổ đời sau đều cảnh giác người đời sau cần hiểu tận tường, chớ vin vào lời, vào chữ mà ngộ nhận cái chỗ tịch lặng do duyên hợp với cái chỗ tịch lặng của giải thoát.

Trong Bích Nham Lục, Tắc Thứ 37, bản dịch HT Thích Mãn Giác có lời bình của cổ đức để cảnh giác: "...Nếu như ở đây nói rằng vô Phật vô pháp, tức lạc vào hang ma. Cổ nhân gọi là hố sâu của giải thoát. Vốn là thiện nhân song lại chiêu ác quả. Cho nên mới có câu nói rằng kẻ vô vi vô sự vẫn còn bị trói buộc bằng xích vàng. Cần phải hiểu tận thâm sâu mới được. Nếu như nói được những cái vượt qua ngôn ngữ, làm được những cái vượt qua hành động, đó gọi là chỗ chuyển thân. Tam giới vô pháp, cầu tâm ở đâu?"

***Tóm lược ý kinh**: Giữa dòng, hễ bước tới [ước vọng ái dục] sẽ chìm, lùi lại [ước vọng kình chống ái dục] sẽ chìm, đứng lại [mê mờ, không thấy Pháp] cũng chìm. Bậc trí tuệ không gì nắm giữ, với tâm vô sở trụ, tức khắc dòng sông ái dục khô cạn, nơi nào cũng là bờ.*

Kinh này gồm các bài kệ từ 1088 tới 1091.

1088. [Todeyya] Với người không còn ái dục nữa, với người không còn chút tham nào nữa, với người đã vượt qua tất cả ngờ vực – như thế là loại giải thoát nào cho người đó?

1089. [Đức Phật] Với người không còn ái dục nữa, với người không còn chút tham nào nữa, với người đã vượt qua tất cả ngờ vực – đó chính là giải thoát tối thượng.

1090. [Todeyya] Người đó không còn ước vọng nữa, hay vẫn còn ước vọng? Người đó đã có trí tuệ, hay cần tìm thêm trí tuệ nữa? Hỡi Đức Thích Ca, Người Nhìn Thấu Suốt Tất Cả, xin giang cho con để nhận biết một bậc trí tuệ.

1091. [Đức Phật] Người đó không có ước vọng, cũng không còn ước vọng. Người đó đã có trí tuệ, cũng không còn tìm thêm trí tuệ nào nữa. Hỡi Todeyya, hãy Biết một Bậc Trí Tuệ là như thế này: người đó không sở hữu gì hết, cũng không dính mắc vào dục lạc và cõi sinh tồn này.

Hết Các Câu Hỏi của Todeyya

Sn 5.10: KAPPA-MANAVA-PUCCHA
CÁC CÂU HỎI CỦA KAPPA

Kinh này cũng nói là đừng, là chớ, là không... mà không nói là phải làm gì. Đức Phật nói rằng hỏn đảo cứu người đang bị ngập lut giữa dòng là tỉnh thức sống với pháp "Không sở hữu gì hết, không dính mắc gì hết."

Có thể gọi tắt Kinh Sn 5.10 là "ưng vô sở trụ" – như lời Đức Phật dạy trong Kinh Kim Cương: "...không nên trụ sắc mà sanh tâm, không nên trụ thanh hương vị xúc pháp mà sanh tâm. Nên không chỗ trụ như vậy mà sanh tâm."

Thiền sư Huệ Hải trong Đốn Ngộ Nhập Đạo Yếu Môn Luận (bản dịch của Hòa Thượng Thích Thanh Từ) giải thích về vô sở trụ như sau:

"– Thế nào là chỗ không trụ?

– Chẳng trụ tất cả chỗ, ấy là trụ chỗ không trụ.

– Thế nào là chẳng trụ tất cả chỗ?

– Chẳng trụ tất cả chỗ là: Chẳng trụ nơi lành dữ, có không, trong ngoài, chặng giữa; chẳng trụ không, cũng chẳng trụ

chẳng không, chẳng trụ định, cũng chẳng trụ chẳng định; tức là chẳng trụ tất cả chỗ. Chỉ cái chẳng trụ tất cả chỗ, ấy là chỗ trụ. Người được như thế, gọi là tâm không trụ. Tâm không trụ là tâm Phật."

Thiền Tông còn gọi pháp yếu đó là sống nghèo. Như trong bài kệ của Hương Nghiêm Trí Nhàn:

Năm ngoái nghèo chưa là nghèo

Năm nay nghèo mới là nghèo

Năm ngoái nghèo còn đất để cắm

Năm nay nghèo, không cả dùi cắm.

Chữ "đất" trong câu thứ ba là chỉ cho "đất tâm"; chữ "dùi" trong câu thứ tư là chỉ cho "pháp tu, pháp hành, pháp học."

***Tóm lược ý kinh**: Không sở hữu gì hết, không dính mắc gì hết – đó là hòn đảo của pháp tối thượng.*

Kinh này gồm các bài kệ từ 1092 tới 1095.

1092. [Kappa] Với những người đứng giữa dòng nước, trong khi lũ lụt kinh hoàng dâng cao thêm – với những người bị già chết tràn ngập, xin Đức Phật nói về một hòn đảo. Xin giải thích cho con về một hòn đảo, để sẽ không còn cảnh kinh hoàng này nữa.

1093. [Đức Phật] Với những người đứng giữa dòng nước, trong khi lũ lụt kinh hoàng dâng cao thêm – với những người bị già chết tràn ngập, hỡi Kappa, ta sẽ nói về một hòn đảo.

1094. "Không sở hữu gì hết, không dính mắc gì hết" – đó là hòn đảo của pháp tối thượng, ta gọi đó là Niết Bàn, nơi đoạn diệt của già chết.

1095. Hiểu được Pháp này, những người chánh niệm sẽ được giải thoát ngay trong đời này. Họ sẽ không bị ma kiểm soát, cũng không làm tôi tớ cho ma.

Hết Các Câu Hỏi của Kappa

Sn 5.11: JATUKANNI-MANAVA-PUCCHA
CÁC CÂU HỎI CỦA JATUKANNI

Chàng trai Jatukannin hỏi rằng làm sao buông bỏ sinh và già.

Đức Phật trả lời rằng chớ tham ái dục, nhưng cũng chớ nắm giữ hay xua đẩy gì. Và chớ để dính gì tới quá, hiện, vị lai. Nghĩa là, buông bỏ cả quá, hiện, vị lai.

Tham là cội gốc của ưa/ghét, nắm giữ/xua đẩy. Hợp ý thì ưa, thì nắm giữ. Không hợp ý thì ghét, thì xua đẩy. Trong Tín Tâm Minh, Tổ Tăng Xán viết mấy dòng đầu là: "Đạo lớn chẳng gì khó, cốt đừng chọn lựa thôi; quí hồ không thương ghét, thì tự nhiên sáng ngời."

Đức Phật cũng dạy rằng, chớ dính mắc gì trong cả ba thời quá khứ, hiện tại, vị lai.

Thiền sử có kể rằng, nhà sư Đức Sơn nổi tiếng là giảng sư về Kinh Kim Cang, cho rằng các Thiền sư nêu tông phong "Trực chỉ nhân tâm, kiến tánh thành Phật" là sai, vì đã xuất gia là phải học ba nghìn oai nghi, tám muôn tế hạnh, rất mực gian nan chớ có đâu mà Thấy Tánh là xong. Đức Sơn đi về hướng Nam, gánh theo bộ Thanh Long Sớ Sao, để sẽ tranh luận với các thiền sư để đền ơn Phật. Trên đường, gặp một bà già bán bánh rán, sư hỏi mua vài cái bánh. Bà cụ hỏi Thầy gánh bộ kinh luận gì, sư đáp là bộ Thanh Long Sớ Sao. Cụ bà nói là có câu hỏi, nếu sư đáp được, cụ bà xin cúng dường bánh điểm tâm.

Cụ bà hỏi: "Trong Kinh Kim Cang có nói 'Tâm quá khứ bất khả đắc, tâm hiện tại bất khả đắc, tâm vị lai bất khả đắc,' xin hỏi Thầy muốn điểm tâm nào?"

Sư lặng thinh, không đáp được, lặng lẽ bước đi. Cụ bà già gọi lại, khuyên sư đến tham vấn Thiền sư Long Đàm Sùng Tín.

Trung Luận của ngài Long Thọ, bản Việt dịch của HT Thích Thiện Siêu, giải thích về thời gian: "Nhân nơi vật thể nên có thời, lìa vật thể thì đâu có thời; nhưng vật thể còn không có, huống gì có thời."

Nhưng, làm sao buông bỏ quá, hiện, vị lai? Làm sao xả ly cả ba thời? Đức Phật đã dạy rất rõ trong Kinh 35.95 (Kinh Maluṅkyaputta), kể rằng nhà sư Malunkyaputta đã cao niên, tự biết không còn ở lâu trên cõi đời này, nên xin Đức Phật dạy Pháp ngắn gọn để nhà sư tìm chỗ ngồi tu khẩn cấp.

Đức Phật đã dạy như sau:

"Nơi đây, Malunkyaputta, với những gì được ngươi thấy, nghe, cảm thọ, và thức tri: trong cái được thấy sẽ chỉ là cái được thấy; trong cái được nghe sẽ chỉ là cái được nghe; trong cái được cảm thọ sẽ chỉ là cái được cảm thọ; trong cái được thức tri sẽ chỉ là cái được thức tri.

"Hỡi Malunkyaputta, khi nào những gì được ngươi thấy, nghe, cảm thọ, và thức tri: trong cái được thấy sẽ chỉ là cái được thấy; trong cái được nghe sẽ chỉ là cái được nghe;

trong cái được cảm thọ sẽ chỉ là cái được cảm thọ; trong cái được thức tri sẽ chỉ là cái được thức tri, rồi thì, hỡi Malunkyaputta, ngươi sẽ không hiện hữu 'trong liên hệ với cái đó.'

"Hỡi Malunkyaputta, khi ngươi không hiện hữu 'trong liên hệ với cái đó,' rồi thì ngươi sẽ không hiện hữu 'ở nơi đây'.

"Hỡi Malunkyaputta, khi ngươi không hiện hữu 'ở nơi đây', rồi thì ngươi sẽ không ở trong đời này, không ở trong đời sau, và cũng không ở giữa hai đời ấy. Thế này, tự thân là kết thúc khổ đau."

***Tóm lược ý kinh**: Sống với tâm vô sở trụ, dù là quá, hiện, vị lại.*

Kinh này gồm các bài kệ từ 1096 tới 1100.

1096. [Jtukanni] Con được nghe về bậc anh hùng, người không còn chút tham dục nào. Con tới để hỏi người vô dục, người đã vượt qua trận lụt, người đã có Tâm Nhãn, xin ngài nói về trạng thái bình an. Xin nói cho con biết thực sự thế nào.

1097. Thế Tôn là bậc đã chiến thắng tham ái, như mặt trời rực rỡ rọi sáng hào quang cõi đất. Vì con trí tuệ hạn chế, xin bậc Đại Trí Tuệ giải thích cho con hiểu về Pháp để buông bỏ sinh và già nơi đây.

1098. [Đức Phật] Hỡi Jatukanni, hãy gỡ bỏ lòng tham ái dục, hãy nhìn thấy an toàn trong hạnh xuất ly. Chớ để trong tâm khởi lên ý muốn nắm giữ hay xua đẩy gì.

1099. Hãy để khô héo tất cả những gì của quá khứ, và chớ hề có chút gì dính tới tương lai. Nếu con không nắm giữ gì trong chặng giữa (hiện tại), con sẽ sống trong bình an.

1100. Hỡi chàng trai Phạm chí, [bình an là] với người đã dứt bặt lòng tham về tâm và thân, khi lậu hoặc cũng không còn nữa, mà chính lậu hoặc này trước giờ đã đẩy người vào nơi Sự Chết kiểm soát.

Hết Các Câu Hỏi của Chàng Trai Jatukanni

Sn 5.12: BHADRAVUDHA-MANAVA-PUCCHA
CÁC CÂU HỎI CỦA BHADRAVUDHA

Kinh này nói rằng chớ nên dính mắc bất cứ thứ gì, dù là dính mắc vào những gì ở trên, ở dưới, ở chặng giữa. Nhóm chữ "trên, dưới, chặng giữa" được Luận thư Nidd II giải thích là:

-- tương lai (trên), quá khứ (dưới), hiện tại (giữa);

-- cõi thiên, cõi địa ngục, cõi người;

-- cõi vô sắc, cõi dục, cõi sắc;

-- thọ lạc, thọ khổ, thọ không lạc không khổ;

-- dưới đế bàn chân, trên đỉnh các sợi tóc, giữa đế chân và đầu sợi tóc.

Trong sách "Công Án của Phật Thích Ca và Tổ Đạt Ma," bản Việt dịch của Thầy Thích Duy Lực có một công án, như sau:

"Thế Tôn thăng tòa, có một Phạn Chí cúng dường hoa ngô đồng.

Phật bảo: Buông xuống đi!

Phạn Chí buông hoa bên tay trái xuống.

Phật bảo tiếp: Buông xuống đi!

Phạn Chí buông hoa còn lại bên tay mặt xuống.

Phật lại bảo: Buông xuống đi!

Phạn Chí nói: Nay hai tay con đã không còn gì, sao Phật còn bảo buông cái gì xuống nữa?

Phật nói: Chẳng phải ta bảo ngươi bỏ hoa. Ngươi phải buông xả ngoài lục trần, trong lục căn, giữa lục thức, nhất thời xả hết đến chỗ không còn gì để xả. Ấy chính là buông thân xả mạng của ngươi.

Phạn Chí ngay đó ngộ vô sanh nhẫn."

Kinh Sn 5.12 cũng nói rằng, hễ dính mắc, là bị ác ma bám sát. Luận thư giải thích rằng, ác ma là các uẩn thọ nhận khi tượng thai, ác ma là các đại (đất, nước, gió, lửa), ác ma là các căn, ác ma là nơi đến, ác ma là tái sanh, ác ma là tượng thai, ác ma là sinh tồn, ác ma là luân hồi, ác ma là vòng tròn bám sát một người, nam hay nữ, một sinh vật...

***Tóm lược ý kinh**: Không dính mắc bất kỳ thứ gì.*

Kinh này gồm các bài kệ từ 1101 tới 1104.

1101. [Bhadravudha] Con kính hỏi ngài – người đã xuất gia, đã ly tham, đã bất động, đã lìa hỷ ái, đã qua bờ nước lụt, đã giải thoát, đã rời bỏ thời gian, đã có trí tuệ tối thượng -- con thỉnh cầu ngài, bậc Long Tượng, xin giải thích để những người nơi đây nghe xong sẽ ra đi.

1102. Tụ hội nơi đây là người tới từ nhiều quốc độ, đang chờ nghe lời ngài nói, hỡi bậc anh hùng. Xin ngài giảng Pháp thích nghi cho họ, vì Pháp này ngài đã hiểu rõ.

1103. [Đức Phật] Hỡi Bhadravudha, con phải gỡ bỏ tất cả những dính mắc tới tham muốn – dù là (cõi/bậc) trên, dưới, và ngang khắp chặng giữa – vì bất cứ những gì dính mắc tới thế giới này, ác ma sẽ bám theo sát.

1104. Do vậy, biết như thế, một nhà sư chánh niệm, chớ nên dính mắc nắm giữ bất kỳ thứ gì trên toàn thế giới, thấy rằng hễ còn dính mắc là còn gắn bó vào cõi chết.

Hết Các Câu Hỏi của Bhadravudha

Sn 5.13: UDAYA-MANAVA-PUCCHA
CÁC CÂU HỎI CỦA UDAYA

Kinh này trước tiên nói là phải suy tư, phải lý luận. Đây là con đường truyền thống: văn (nghe, học, thu nhận kiến thức), tư (suy nghĩ, lý luận), tu (pháp hành, luyện tâm, thiền tập). Phật Giáo Tây Tạng có truyền thống tranh luận trước tập thể, cũng vì lý luận là một lối vào Trung Luận của ngài Long Thọ.

Nơi đây, chúng ta sẽ ghi chú chi tiết cho Kinh Sn 5.13, vì kinh tiếp theo sau sẽ phức tạp hơn.

Kinh này nói, sau khi suy tư, phải tập thiền chỉ (samatha) và thiền quán (vipassana). Thiền Tông có lời dạy cầm nang của ngài Huyền Giác nhấn mạnh hai yếu tố đều cần thiết, là: tỉnh tỉnh lặng lặng, lặng lặng tỉnh tỉnh. Trong toàn bộ các lời dạy sơ thời, Đức Phật gần như luôn luôn nói về hai phương tiện này, trong khi thiền tập tại Hoa Kỳ và các nước Tây Phương trong thế kỷ 20 và đầu 21 nhấn mạnh Vipassana, có khi không nhắc gì tới định (chỉ).

Kinh Sn 5.13 nói rằng Niết Bàn là khi thức tận diệt. Điều này không có nghĩa là, tận cùng là tu tới khi trở thành cục đá, gốc cây. Chỉ có nghĩa là, thức là lực dẫn đi tái sanh, trong khi Niết Bàn là cảnh giới tịch tĩnh, an lạc, xa lìa mọi hình thức tái sanh, không còn lực nào dẫn đi nữa. Tuy nhiên, không nên hiểu thức như cái gì độc lập, vì Kinh MN 38 (Mahatanhasankhaya Sutta) nói rằng nên hiểu thức trong toàn cảnh duyên khởi, trong đó trực tiếp tham là xăng dầu cho thức chạy nhảy (Đức Phật dạy: Haven't I, in many ways, said of dependently co-arisen consciousness, 'Apart from a requisite condition, there is no coming-into-play of consciousness...).

Bài Kệ 1109 nói về Vô Niệm. Vì niệm là phương tiện cho thế giới vận hành. Cũng không nên nghĩ rằng vô niệm là dứt niệm, vì đầu kinh nói rằng suy tư là một cách nhận ra Pháp, tức là nhận ra Pháp Tánh hay Lý Duyên Khởi (Kinh MN 52 và Kinh AN 11.17 dạy 11 pháp môn, trong đó học nhân "suy tư, nhận biết vô thường, vững trú trong tâm thức này" – nghĩa là, suy tư, hay niệm, chính là một phương tiện lớn).

Bài Kệ 1109 viết về niệm như là xăng dầu cho thế giới vận hành:

-- bản dịch Bodhi: thought is its means of traveling about.

-- bản dịch Anandajoli: it roams about through reflections.

-- bản dịch Thanissaro: with directed thought, it's examined.

-- bản dịch Khantipalo: while thinking, the world's wandering

-- bản dịch HT Minh Châu: Suy tầm là sở hành.

Để hiểu tận tường tiến trình này, nơi đây, chúng ta dẫn ra Kinh MN 18 Kinh Mật Hoàn. Thí dụ, nói về mắt (nhãn căn) và chung tất cả các căn khác, tiến trình sẽ như sau.

Căn (eye) + trần (sights) + thức (eye consciousness) => xúc (contact) => thọ (feeling) => tưởng (perception) => suy tầm (thought, thinking, reasoning -- thường gọi tắt là "niệm") => hý luận vọng tưởng (being beset by concepts of identity that emerge from the proliferation of perceptions -- thường gọi là "tâm phan duyên").

Viết như thế, là làm đơn giản hóa, vì Đức Phật có khi dạy nhóm duyên khởi của niệm sẽ khác một chút (theo Thanissaro, khi dẫn ra Kinh DN 21 và Kinh Sn 4.11).

Nơi đây, trích Kinh Mật Hoàn, bản dịch của ngài Minh Châu, chỗ này như sau:

"Chư Hiền, do nhơn con mắt và các sắc pháp, nhãn thức khởi lên. Sự gặp gỡ của ba pháp này là xúc. Do duyên xúc nên có cảm thọ. Những gì có cảm thọ thời có tưởng, những gì có tưởng thời có suy tầm, những gì có suy tầm thì có hý luận. Do hý luận ấy làm nhơn, một số hý luận vọng tưởng ám ảnh một người, đối với các sắc pháp do con mắt nhận thức, quá khứ, tương lai và hiện tại...

Chư Hiền, sự kiện này không xảy ra: khi nào không có mắt, khi nào không có các sắc, khi nào không có nhãn thức, sự thi thiết của xúc được hiển lộ. Sự kiện này không xảy ra: khi nào không có sự thi thiết của xúc, sự thi thiết của thọ được hiển lộ. Sự kiện này không xảy ra: khi nào không có sự thi thiết của thọ, sự thi thiết của tưởng được hiển lộ. Sự kiện này không xảy ra: khi nào không có sự thi thiết của tưởng, sự thi thiết của suy tầm được hiển lộ. Sự kiện này không xảy ra: khi nào không có sự thi thiết của suy tầm, thời sự thi thiết của sự ám ảnh một số hý luận vọng tưởng được hiển lộ."

Thiền Tông nói về pháp môn gỡ khóa tiến trình kia như thế nào?

Sách Đốn Ngộ Nhập Đạo Yếu Môn của Thiền sư Tuệ Hải (tức Huệ Hải), bản dịch của Thầy Thanh Từ, viết rằng trước tiên phải nhận ra Bản Tâm, hay Tự Tánh, ví như gương sáng:

"Ví như trong gương sáng tuy không có hình tượng, mà có thể thấy tất cả hình tượng. Vì sao? Vì gương sáng không tâm. Người học đạo nếu tâm không có chỗ nhiễm, vọng tâm chẳng sanh, tâm ngã sở (tâm chấp mình và sự vật của mình) diệt, tự nhiên được thanh tịnh, vì thanh tịnh nên hay sanh cái thấy này...

Vô niệm là không tà niệm, chớ chẳng phải không chánh niệm...

Niệm có, niệm không là niệm tà, chẳng niệm có không là niệm chánh; niệm thiện, niệm ác là niệm tà, chẳng niệm thiện ác là niệm chánh; cho đến niệm khổ vui, sanh diệt, thủ xả, oán thân, yêu ghét thảy đều là niệm tà, chẳng niệm khổ vui... là niệm chánh."

***Tóm lược ý kinh**: Ly tham, giữ tâm lặng lặng và tỉnh tỉnh, chớ để niệm dẫn theo thế giới quay cuồng.*

Kinh này gồm các bài kệ từ 1105 tới 1111.

1105. [Udaya] Đối trước bậc Thiền nhân -- ngài đã ngồi xa lìa bụi, đã làm xong việc phải làm, với lậu hoặc không còn, đã vượt qua tất cả các pháp – con xin hỏi, xin ngài nói về trí giải thoát, về phá vỡ vô minh.

1106. [Đức Phật] Hỡi Udaya, hãy buông ái dục, lìa ưu trầm, dẹp bỏ lười biếng, xa rời hối tiếc.

1107. Trước tiên, hãy suy tư về Pháp. Kế tiếp, thanh tịnh hóa nhờ tịch lặng và tỉnh thức (chỉ và quán). Ta gọi đó là giải thoát bằng tri kiến tối hậu, phá vỡ vô minh.

1108. [Udaya] Vì đâu thế giới bị trói buộc? Vì đâu thế giới vận hành? Buông bỏ những gì, thì được gọi là Niết Bàn?

1109. [Đức Phật] Thế giới bị trói buộc vì hỷ; niệm là phương tiện thế giới vận hành (bản dịch Bodhi: thought is its means of traveling about); buông bỏ tham ái là tên gọi Niết Bàn.

1110. [Udaya] Đối với người sống một cách chánh niệm, như thế nào để thức tận diệt? Chúng con tới để hỏi Thế Tôn, để có thể nghe lời ngài giảng.

1111. [Đức Phật] Hễ ai không hoan hỷ với các thọ trong hay ngoài – người sống chánh niệm như thế, thức sẽ bị tận diệt.

Hết Các Câu Hỏi của Udaya

Sn 5.14: POSALA-MANAVA-PUCCHA
CÁC CÂU HỎI CỦA POSALA

Bài Kệ 1113 có câu nói rằng: Thấy cả trong và ngoài đều là "không có gì hết"...

Hình như câu vừa dẫn có vẻ Bát Nhã Tâm Kinh, khi nói sáu nội xứ (mắt tai mũi lưỡi thân ý) và sáu ngoại xứ (sắc thanh hương vị xúc pháp) đều là rỗng rang, đều là thực tướng vô tướng?

Đức Phật trong bài Kệ 1115 nói rằng thấy như thế, tuệ quán được như thế, tức là giải thoát, không cần làm gì thêm.

Nơi đây, có thể dẫn ra Kinh SN 12.67 (Nalakalapiyo Sutta), khi Đức Phật dạy rằng các pháp hệt như những sợi cỏ tranh nương vào nhau, cột vào nhau, duyên vào nhau, và chỉ cần rút ra một sợi tranh là toàn bộ bó tranh đó tan rã (khi thức tịch diệt, thì tâm/thân hay danh/sắc đều đoạn tận; bản dịch Bodhi: with the cessation of consciousness comes cessation of name-and-form). Đó là Pháp Duyên Khởi.

Tuy nhiên, chữ "nothingness" được ngài Thanissaro ghi chú

rằng "không có gì hết" (nothingess) là tầng định thứ 7, gọi là định "vô sở hữu"... Có đúng hay không, cũng là chỗ để tranh luận.

Nên dẫn ra Kinh MN 52 (Kinh Bát Thành -- Aṭṭhakanagara Sutta) trong đó nói rằng "định vô sở hữu" vẫn còn là pháp hữu vi, chưa phải giải thoát, vì định vô sở hữu sẽ tan rã, cần bước thêm để phá lậu hoặc.

Bản dịch ngài Minh Châu, trích MN 52: "Vô sở hữu xứ định này là pháp hữu vi, do suy tư tác thành. Phàm sự vật gì là pháp hữu vi, do suy tư tác thành thời sự vật ấy là vô thường, chịu sự đoạn diệt."

Bản dịch ngài Bodhi: "This attainment of the base of nothingness is conditioned and volitionally produced. But whatever is conditioned and volitionally produced is impermanent, subject to cessation."

Do vậy, chữ "nothingness" nơi đây không chỉ vào pháp định vô sở hữu xứ, mà chỉ vào Tánh Duyên Khởi – tức là cái nhìn thấu suốt "ngũ uẩn giai không" và chúng ta có thể đoán rằng Kinh Sn 5.14 này cũng là một cội nguồn của Bát Nhã Tâm Kinh, khi Đức Phật dạy nhìn vào cái rỗng rang vô tướng ở cả nội và ngoại xứ.

Chúng ta cũng sẽ thấy như thế, khi đối chiếu với kinh kế tiếp, là Kinh Sn 5.15.

***Tóm lược ý kinh**: Khi thức không còn nơi trú, là giải thoát*

Kinh này gồm các bài kệ từ 1112 tới 1115.

1112. [Posala] Đối trước người đã chỉ ra quá khứ, người đã bất động, người đã cắt đứt mọi ngờ vực, người toàn hảo trong mọi pháp, con tới với một câu xin hỏi:

1113. Đối với người đã đoạn tận tưởng về sắc, người đã buông bỏ thân toàn bộ, người thấy cả trong và ngoài đều là "rỗng rang, không có gì" – người như thế có sẽ bị dẫn dắt đi đâu?

1114. [Đức Phật] Hỡi Posala. Như Lai biết tận tường tất cả các nơi trú của thức, biết nơi thức trụ vào, nơi thức sẽ được giải thoát, hay sẽ bước qua bờ giải thoát.

1115. Biết rõ cội nguồn của cái không có gì hết (origin of nothingness), do vậy hỷ chính là lậu hoặc trói buộc, biết trực tiếp tận tường như thế, nhìn bằng tuệ quán vào nơi đó. Đây là tri kiến thực của bậc Phạm chí, người đã thành tựu việc phải làm.

Hết Các Câu Hỏi của Posala

Sn 5.15: MOGHARAJA-MANAVA-PUCCHA
CÁC CÂU HỎI CỦA MOGHARAJA

Kinh này rất đặc biệt: có một số trường hợp, Đức Phật để câu hỏi nêu lần thứ ba mới trả lời. Không phải vì hai lần hỏi đầu, Đức Phật không nghe, mà phải chờ câu hỏi nêu lên lần thứ ba.

Có thể hiểu như Thiền Tông rằng khi Đức Phật im lặng khi lần đầu nghe câu hỏi, chính là trả lời bằng sự thinh lặng, nhưng Mogharaja không hiểu nổi câu đáp bằng sự thinh lặng? Và lần thứ nhì cũng thế?

Trong số các kinh Đức Phật trả lời khi được thỉnh vấn lần thứ ba có Kinh Bahiya, một kinh chỉ ra phương pháp siêu xuất nằm ngoài Tứ Niệm Xứ, ngoài Lục Niệm, ngoài Thập Niệm... vì Đức Phật đã dạy ngài Bahiya rằng đối với thấy nghe hay biết "chỉ là cái được thấy, chỉ là cái được nghe..." thì tức khắc giải thoát. Nghĩa là, không có cái gì cần chú tâm quan sát, chẳng có cái gì để cần hướng niệm tới. Mà là, Kinh Bahiya tóm tắt trong Thiền Tông là "Hồ tới hiện Hồ, Hán tới hiện Hán," y hệt như mặt gương sáng.

Kinh Sn 5.15 gom về một lời của Đức Phật: "Hãy luôn luôn tỉnh thức và nhìn thế giới như rỗng rang, với cái nhìn về tự ngã đã bứng gốc."

Như thế, chính là Bát Nhã Tâm Kinh, với lời dạy "ngũ uẩn giai không." Nơi đây, căn-trần-thức đều rỗng rang vô tướng. Chỉ cần rút cọng tranh này ra, cả bó tranh sẽ tan rã. Vì Duyên Khởi, nên tất cả đều rỗng rang không tự thể.

Câu trả lời gồm 2 phần:

-- thứ nhất, luôn luôn tỉnh thức, thấy tất cả các pháp là Không; Thiền Tông thường nói, nhất thiết pháp đương thể tức Không, là tất cả các pháp ngay thể hiện tại cũng là Không. Một số Thiền sư thường đưa cây gậy lên, nói chớ gọi là gậy hãy gọi là gì, hay chỉ vào cái bình, nói chớ gọi là bình, hãy nói là cái gì.

-- thứ nhì, thấy tự ngã bứng gốc, nghĩa là, thấy y hệt Tâm Kinh, vì mắt tai mũi lưỡi thân ý đều là Không, thì còn gì là tự ngã nữa.

Như thế, Bát Nhã và Thiền Tông là từ các lời dạy rất xưa của Đức Phật, mà hai lần Đức Phật đều dạy bằng sự im lặng chỉ vào không tịch,

Như thế, bất kỳ ai cũng sẵn đủ giải thoát, vì cội gốc là không, thì không cần nương tựa gì (vô y), cũng không cần bồi đắp gì (để mà phải tu). Cũng có nghĩa là trong cái nhìn giải thoát này, Thiền Tông giải thích là sẽ thấy rằng không hề có Phật quả nào để tu, không hề có ma nào để diệt trừ, vì tất cả các pháp đều thực tướng vô tướng, đều tánh thực chính là vô tự tánh.

Thiền Tông nói rằng, Đức Phật đã dạy pháp này trước khi ngài lên tiếng. Chính lần im lặng đầu tiên, Đức Phật dạy pháp yếu rằng câu trả lời chính là tịch lặng không lời. Tương tự, im lặng lần thứ nhì cũng thế. Khi đương cơ [Mogharaja] không hiểu được, Đức Phật mới dùng lời để đáp, và đó là hãy nhìn "sắc bất dị không, không bất dị sắc..." Cũng y hệt như khi Đức Phật đưa bông hoa lên, tứ chúng thảy mịt mờ, chỉ duy ngài Ca Diếp nhận ra.

Giải thích hay nhất là, nơi đây xin trích Lâm Tế Ngữ Lục, bản dịch Thiền sư Thích Thanh Từ:

"Quí vị nếu đạt được muôn pháp không sanh, tâm huyễn hóa, lại không có một hạt bụi, một pháp. Tất cả chỗ đều thanh tịnh là Phật. Tuy nhiên Phật cùng ma là hai cảnh nhiễm tịnh. Riêng về chỗ thấy của sơn tăng thì không Phật, không chúng sanh, không xưa không nay, được thì liền được, không trải qua thời tiết, không tu, không chứng, không được không mất, trong tất cả thời không có pháp riêng. Giả sử có một pháp hơn thế nữa ta cũng nói như mộng huyễn. Sơn tăng nói tất cả đều như vậy...

Phật xuất thế chuyển đại pháp luân, rồi trở lại nhập niết bàn mà không có tướng tới lui, tìm cầu sanh tử không thể được, liền nhập vào pháp giới vô sanh mỗi nơi đều dạo chơi cõi nước, nhập vào pháp giới Hoa Tạng. Tất cả đều là tướng không của tất cả pháp nên đều không thật pháp. Chỉ có người "Đạo nhơn nghe pháp vô y" là mẹ của chư Phật, nên chư Phật từ vô y sanh, nếu ngộ vô y thì chư Phật cũng vô đắc. Nếu người thấy được như vậy là người có kiến giải chơn chánh...

Pháp thế gian và pháp xuất thế gian tất cả đều không có tự tánh, cũng là vô sanh tánh. Chỉ có tên rỗng, danh tự cũng rỗng. Quí vị sao cho cái tên rỗng kia làm thật? Lầm to rồi. Giả sử có, thì tất cả cũng đều là cảnh nương tựa biến hóa ra...

...Chư Đại đức! Sơn tăng nói hướng bên ngoài không có pháp. Người học chẳng lãnh hội liền huóng bên trong mà tìm hiểu, rồi nương vách mà ngồi, lưỡi để trên ổ gà, lặng yên bất động. Giữ như vậy cho là Phật pháp nơi cửa Tổ sư. Lầm to rồi! Nếu quí vị cho cảnh thanh tịnh bên trong là phải thì tức quí vị nhận vô minh làm ông chủ. Người xưa nói: "Lặng lặng là hầm sâu đen ngòm" (Trạm trạm hắc ám thâm khanh). Thật đáng sợ! Còn quí vị nhận cảnh động là phải thì tất cả cỏ cây lý ưng là đạo? Vì nó đều động. Cho nên động là phong đại, chẳng động là địa đại. Động cùng chẳng động đều không có tự tánh. Quí vị nếu hướng về chỗ động để nắm bắt nó, thì nó chạy về chỗ bất động. Quí vị hướng về chỗ bất động nắm bắt nó, thì nó chạy về chỗ động. Như người lặn xuống suối mò cá, thì cá vỗ sóng tự vọt lên. Đại đức! Động cùng chẳng động là hai loại cảnh. Trái lại bậc Đạo nhân vô y thì dung cả động cùng chẳng động..."(ngưng trích)

Tuyệt vời siêu xuất. Trong lòng tôi biết ơn vô cùng tận mỗi khi nhớ lời bổn sư dạy nhiều thập niên trước, tại một ngôi chùa ở Bình Dương: "Hễ có tu, có chứng là còn trong pháp sanh diệt. Ngay từ đầu, con phải nhận lấy pháp vô sanh diệt... Vốn thật, không có gì để tu, để chứng."

***Tóm lược ý kinh**: hãy luôn luôn tỉnh thức và nhìn thế giới như rỗng rang, với cái nhìn về tự ngã đã bứng gốc.*

Kinh này gồm các bài kệ từ 1116 tới 1119.

1116. [Mogharaja] Con đã hỏi hai lần, nhưng Người Có Mắt Thấu Suốt đã không trả lời con. Nhưng con được nghe rằng, những câu hỏi lần thứ ba, sẽ được bậc Đại Đạo Sư trả lời.

1117. Con không hiểu về quan kiến (view, quan điểm) của người Gotama nổi tiếng về thế giới này, về thế giới khác, về cõi Phạm Thiên, về cõi chư thiên.

1118. Do vậy, con xin hỏi vị Có Mắt Tối Thượng: Nên nhìn thế giới như thế nào để Thần Chết không nhìn thấy mình?

1119. [Đức Phật] Hỡi Mogharaja, hãy luôn luôn tỉnh thức và nhìn thế giới như rỗng rang, với cái nhìn về tự ngã đã bứng gốc, người đó sẽ vượt qua sự chết. Thần Chết không thể thấy người đã nhìn thế giới này như thế.

Hết Các Câu Hỏi của Chàng Trai Mogharaja

Sn 5.16: PINGIYA-MANAVA-PUCCHA
CÁC CÂU HỎI CỦA PINGIYA

Kinh này, Đức Phật dạy hai pháp trong hai bài kệ, pháp nào cũng tới giải thoát.

Trong Kệ 1121, Đức Phật dạy là phải buông bỏ sắc pháp (form). Hoàn toàn không có nghĩa buông bỏ cõi sắc (form realms / rupa dhatu), vì ngay cả nếu vào cõi vô sắc (formless realm / arupa dhatu), là cũng sẽ luân hồi sinh tử; huống gì chúng ta đang ở cõi dục (desire realm /kama dhatu).

Như vậy, từ bỏ sắc pháp hiểu ngầm là buông bỏ cả sắc (thanh, hương, vị, xúc, pháp) – tức là buông bỏ cái được thấy (cái được nghe, cái được ngửi...). Buông bỏ, nghĩa là không dính vào, không ưa hay ghét. Tức là, bài Kệ 1121 là phiên bản khác của Kinh Bahiya.

Trong Kệ 1121, HT Minh Châu dịch: Hãy từ bỏ sắc pháp/ Chớ đi đến tái sanh.

Bodhi dịch: abandon form for an end to renewed existence.

Anandajoti dịch: must give up form, and not come into existence again

Khantipalo dịch: let go these forms for not again becoming.

Sujato hiệu đính cho di cảo Khantipalo: let go this bodily form so as not to be reborn.
Rồi khi ngài Pingiya hỏi thêm lần nữa, Đức Phật dạy bài Kệ 1123, rằng hãy buông bỏ tham (hiểu là, chớ nghĩ rằng có cái gì là cái-của-tôi).

***Tóm lược ý kinh**: Chớ tham sắc thanh hương vị xúc pháp.*
Kinh này gồm các bài kệ từ 1120 tới 1123.

1120. [Pingiya] Con đã già, sức yếu, hình dung tiều tụy, mắt mờ, tai khó nghe – xin chớ để con chết khi còn trên đường chưa tới. Xin dạy con Pháp để con hiểu được, về cách vượt qua sinh già.

1121. [Đức Phật] Hỡi Pingiya. Nhìn thấy người ta bị tổn thương bởi sắc pháp (cái được thấy), họ sống phóng dật, bị tổn thương bởi sắc pháp, do vậy Pingiya hãy tinh tấn, buông bỏ sắc pháp để kết thúc cuộc tái sanh.

1122. [Pingiya] Trong bốn hướng chính, bốn hướng phụ, trên và dưới: trong 10 phương này, không có gì ngài không thấy, nghe, cảm thọ, nhận biết; xin ngài dạy con Pháp để con nhân biết được, buông bỏ cả sinh và già nơi đây.

1123. [Đức Phật] Hỡi Pingiya. Nhìn thấy nhân loại, nạn nhân của tham, bị hành hạ, bị tuổi già đè bẹp – do vậy, Pingiya hãy tinh tấn, buông bỏ tham và không trở lại tái sanh nữa.

Hết Các Câu Hỏi của Pingiya

Sn 5: EPILOGUE
VERSES IN PRAISE OF THE WAY TO THE BEYOND

PHẦN KẾT
CÁC BÀI KỆ NGỢI CA PHÁP QUA BỜ KIA

Phần Kết gồm một đoạn văn xuôi và các bài kệ tiếp theo.

Tóm lược ý kinh*:*
Kinh này gồm các bài kệ từ 1124 tới 1149.

Lời này được Thế Tôn tuyên thuyết trong khi cư ngụ giữa những người Magadhan tại ngôi đền Pasanaka. Nhóm 16 vị Phạm chí đã thỉnh cầu, đã hỏi, và đã hỏi, và Thế Tôn đã trả lời các câu hỏi. Hễ ai biết ý nghĩa từng câu hỏi, biết Lời Dạy Pháp, chịu tu theo Pháp và thuận theo Pháp, chắc chắn sẽ vượt qua già chết. Các lời Đức Phật dạy nơi đây được gọi là "Pháp Qua Bờ Kia," vì Pháp này dẫn tới bờ kia của giải thoát.

1124. [Người kể] Ajita, Tissa Metteyya, Punnaka, rồi Mettagu, Dhotaka, và Upasiva, Nanda, và rồi Hemaka,

1125. Hai vị Todeyya và Kappa, và rồi bậc trí tuệ Jatukanni, Bhadravudha, và Udaya, vị Phạm chí Posala, vị thông minh Mogharaja, và đại ẩn sĩ Pingiya.

1126. Họ đã tới Đức Phật, Bậc Nhìn Thấu Suốt, Bậc Tuyệt Hảo Giới Đức, để hỏi những điểm vi tế, họ đã đi đường xa tìm tới Đức Phật Tối Thắng.

1127. Khi được hỏi, Đức Phật đã trả lời phù hợp với sự thật. Với các câu tra lời, Bậc Tịch Lặng đã làm hài lòng các Phạm chí.

1128. Hoan hỷ với Đức Phật, Bậc Nhìn Thấu Suốt, Người Thân Với Mặt Trời, họ đã sống đời tu học dưới hướng dẫn của Bậc Trí Tuệ Tối Thượng.

1129. Đức Phật đã như thế này, phù hợp với các câu hỏi từng người nêu ra, và hễ ai hành trì như thế này, sẽ có thể đi từ bờ này sang bờ kia.

1130. Từ bờ này sang bờ kia, vị đó có thể vượt như thế nhờ con đường tối thắng này. Đây là con đường qua bờ kia, nên được gọi là Pháp Qua Bờ Kia.

Các Bài Kệ về Tụng Đọc Pháp Qua Bờ Kia

1131. [Pingiya] Tôi sẽ tụng đọc Pháp Qua Bờ Kia, như ngài đã nhìn thấy và đã giảng dạy – Ngài là bậc đại trí, bậc không nhiễm ô, bậc xa lìa ái dục, bậc mạnh mẽ, đã giải thoát – hà cớ gì ngài nói sai được.

1132. Về người đã xa lìa cấu nhiễm và si mê, người đã rời kiêu mạn và giả hình, hãy tới đây, nghe tôi tụng đọc lời thơ tán thán đẹp đẽ này:

1133. Đức Phật là Người Nhìn Thấu Suốt, đã xua tan bóng tối, đã tới tận cùng thế giới, đã vượt qua tất cả các sanh hữu, đã lìa xa sầu khổ, không còn cấu nhiễm, người có tên chân thực như thế -- một Bậc Phạm Hạnh -- tôi theo hầu vị đó.

1134. Y như một con chim lìa khu rừng nhỏ cằn cỗi để tìm về khu rừng lớn nhiều trái cây hơn, tôi cũng rời bỏ các vị thiểu trí, hệt như một con thiên nga đã tới được hồ lớn.

1135. Những vị trong quá khứ đã giải thích cho tôi trước giờ, trước khi tôi được gặp giáo pháp của Đức Phật, nói rằng 'nó đã là như thế và nó sẽ là như thế' – tất cả chỉ là nghe đồn [theo truyền thống] và tất cả chỉ làm tăng suy tư ngờ vực.

1136. Riêng ngồi đơn độc nơi đây, Người Sáng Ngời, Người Xua Tan Bóng Đêm, Người Làm Ra Ánh Sáng, Người Đại Kiến Thức Gotama, Người Đại Trí Tuệ Gotama.

1137. Người đã chỉ cho tôi Pháp, thấy được, trực tiếp hiện tiền, phá hủy tham, diệt sầu khổ, không nơi đâu sánh được.

1138. [Bavari] Như thế, hỡi Pingiya, làm sao con có thể sống rời vị đó -- cho dù một khoảnh khắc sống rời Người Đại Kiến Thức Gotama, Người Đại Trí Tuệ Gotama.

1139. Đó là người dạy con Pháp, thấy được, trực tiếp hiện tiền, phá hủy tham, diệt sầu khổ, không nơi đâu sánh được.

1140. [Pingiya] Thưa ngài Phạm chí, con sẽ không sống rời vị đó -- cho dù một khoảnh khắc sống rời Người Đại Kiến Thức Gotama, Người Đại Trí Tuệ Gotama.

1141. Đó là người dạy con Pháp, thấy được, trực tiếp hiện tiền, phá hủy tham, diệt sầu khổ, không nơi đâu sánh được.

1142. Thưa ngài Phạm chí, con thấy ngài [Đức Phật] trong tâm con y hệt như thấy trước mắt, trong khi con tinh tấn ngày và đêm. Con kính lễ ngài [Đức Phật] trong khi đêm trôi qua, nên con thấy không xa lìa ngài chút nào.

1143. Niềm tin và hoan hỷ của con, tâm ý và chánh niệm của con, không rời khỏi giáo pháp của ngài Gotama. Bất cứ phương hướng nào Bậc Đại Trí Tuệ đi tới, đó là nơi con hướng tới kính lễ.

1144. Thưa ngài Phạm chí. Con đã già, sức yếu, run rẩy, thân con không tới nơi đó được, nhưng tâm con luôn luôn hướng tới, toàn tâm bên Đức Phật.

1145. Nằm dài trong bùn lầy, con run rẩy, con trôi từ đảo này tới đảo kia, rồi con đã thấy Đức Phật Chánh Đẳng Giác, người đã vượt qua trận lụt, người xa lìa cấu nhiễm.

(Tới đây, Đức Phật hiện ra giữa thính chúng.)

1146. [Đức Phật] Y hệt như Vakkali đã vững chắc lòng tin – và Bhadravudha, và Alavigotama cũng thế -- cũng như thế, ngươi hãy vững chắc lòng tin, và Pingiya, ngươi sẽ vượt qua cõi chết.

1147. [Pingiya] Con hoan hỷ càng nhiều thêm, khi nghe tiếng nói của Đức Phật, Bậc Giác Ngộ đã gỡ bỏ bức màn che thế giới, với tâm từ ái, với lời khuyến tấn.

1148. Người biết những gì vượt xa chư thiên, người hiểu mọi pháp cao và thấp, vị Thầy đã kết thúc các câu hỏi từ những người tự thấy còn ngờ vực nêu lên.

1149. Bất động, Không gì lay chuyển, Không nơi đâu sánh được. Chắc chắn, con sẽ đi tới đó, con không ngờ vực gì hết. Đức Phật hãy nhớ về con rằng con đã toàn tâm hướng về Niết Bàn.

Hết Phẩm Qua Bờ Bên Kia

VỀ TÁC GIẢ

Nguyên Giác, pháp danh, Cư sĩ Phật giáo, sinh năm 1952 tại Việt Nam. Hiện đang định cư tại bang California, Hoa Kỳ. Đã từng cộng tác với nhiều báo, như Tập san Nghiên cứu Triết học (Đại học Văn Khoa, Sài Gòn), Tự Thức, Văn, Văn Học, Hợp Lưu, Tạp chí Thơ, Việt Báo, Tạp chí Giao Điểm, Giác Ngộ và nhiều báo khác.

Các sách đã xuất bản:

- Cậu bé và hoa mai (tập truyện ngắn)
- Thiếu nữ trong ngôi nhà bệnh (tập truyện ngắn)
- Vài chú giải về thiền đốn ngộ
- Thiền tập (biên dịch)
- Ba thiền sư (dịch từ nguyên tác của John Stevens)
- Trần Nhân Tông, Đức Vua Sáng Tổ Một Dòng Thiền (song ngữ)
- The Wisdom Within, Teachings and Poetry of the Vietnamese Zen Master Tue Trung Thuong Sy (song ngữ)
- Teachings From Ancient Vietnamese Zen Masters (song ngữ)
- Thiền tập trong đời thường
- Thiền Tông Qua Bờ Kia

Book cover: A Statue Of The Buddha Meditating From Gandhara. Dated To The Kushan Dynasty (200 To 400 CE). Now On Display At The Victoria And Albert Museum In West London (Museum Number Is.108-2001).
Attribution: Ethan Doyle White at English Wikipedia